'एसएएस' वीर आणि 'आयआरए'ची मारेकरी
यांच्यात फुललेल्या जगावेगळ्या प्रीतीची सत्यकथा

शूट टू किल

स्कॉट ग्रॅहॅम

अनुवाद
डॉ. देवदत्त केतकर

मेहता पब्लिशिंग हाऊस

Mehta Publishing House Pvt. Ltd.
✆ +91 020-24476924 / 24460313 / Mob. No. 9545000513
Email : production@mehtapublishinghouse.com
Website : www.mehtapublishinghouse.com

◆ *या पुस्तकातील लेखकाची मते, घटना, वर्णने ही त्या लेखकाची असून त्याच्याशी प्रकाशक सहमत असतीलच असे नाही.*

SHOOT TO KILL by Scott Graham
Translation Published in arrangement with
John Blake Publishing Limited, London

Translated into Marathi Language by Dr. Devdatta Ketkar

शूट टू किल / अनुवादित सत्यकथा

अनुवाद : डॉ. देवदत्त केतकर

Email : author@mehtapublishinghouse.com

मराठी अनुवादाचे व प्रकाशनाचे हक्क : मेहता पब्लिशिंग हाऊस प्रा. लि., पुणे

संस्थापक : सुनील अनिल मेहता

प्रकाशक : मेहता पब्लिशिंग हाऊस प्रा. लि.,
१९४१ सदाशिव पेठ, माडीवाले कॉलनी, पुणे - ४११०३०.

मुद्रक : पार्कसन्स ग्राफिक्स

मुखपृष्ठ : फाल्गुन ग्राफिक्स

प्रकाशनकाल : सप्टेंबर, २००९ / पुनर्मुद्रण : ऑगस्ट, २०२२

किंमत : ₹ २००

P Book ISBN 9788184980707

लेखकाची टीप

ह्या पुस्तकाचे पहिले हस्तलिखित पूर्ण झाल्यावर ते संरक्षण खात्याकडे अभिप्रायासाठी पाठवण्यात आले. उत्तर आयर्लंडमधील सुरक्षा दलात काम केलेल्या किंवा करणाऱ्या माझ्या सहकाऱ्यांच्या जीवाला धोका निर्माण व्हावा असे मला कधीच वाटले नाही.

म्हणूनच संरक्षण खात्याच्या विनंतीनुसार काही जागांची आणि व्यक्तींची नावे, तसेच कारवाईचा तपशील ह्यात थोडा बदल केलेला आहे.

स्कॉट ग्रॅहॅम, २००२

एक

तो दिवस मला स्पष्ट आठवतो. १९७४ सालचा वसंत ऋतू संपत आला होता. वादळी पावसाचं थैमान चालू होतं. खरेदीसाठी आलेले लोक, ऑफिसचे कर्मचारी ह्यांची एकच धांदल उडाली होती. अनेकांनी हातांनीच चेहरे झाकून घेतले होते. कारण त्या घोंघावणाऱ्या वाऱ्यात छत्र्यांची पार वाताहात होत होती. रस्त्यावर चालणाऱ्या तरुणांनीही आपापले रेनकोट घट्ट लपेटून घेतले होते. तेवढ्यात एका मुलीचा स्कर्ट वाऱ्यानं उलटा झालेला पाहून मला हसू आवरलं नाही. तिच्या मित्रमैत्रिणींमध्येही हशा पिकला.

मी आर्थर स्ट्रीटवरून संथपणे चाललो होतो. चेहऱ्यावर पावसाचे फटकारे बसत होते. माझे कुरळे केस भिजल्यामुळे सरळ झाले होते. पण सैन्यातलं कठोर प्रशिक्षण आणि एकूणच दिसण्याबद्दलची माझी बेफिकिरी ह्यामुळे अशा गोष्टी माझ्या खिजगणतीतही नव्हत्या. मी 'किंग आर्थर' पबच्या दिशेनं निघालो होतो. बेलफास्ट शहराच्या मध्यवर्ती भागातला तो एक प्रसिद्ध बार होता. तिथे एखादं मस्त ड्रिंक घेत, सुंदर मुलींकडे बघत घटकाभर करमणूक करून घ्यायचा विचार होता.

पबमध्ये शिरल्यावर मी जर्किन काढून झटकलं आणि चटकन जिना चढून वर गेलो. पहिल्या मजल्यावर एक भलामोठा बार होता. तिथे एक नजर टाकल्यावर माझी थोडी निराशा झाली. कारण शुक्रवारी तिथे ऑफिसमध्ये काम करणाऱ्या मुलींची गर्दी असायची. त्यांचा चिवचिवाट ऐकणं आणि त्यांच्यापैकी कितीजणी

रात्री मोकळ्या असतील ह्याचा अंदाज करणं हा माझा एक चाळा झाला होता.

मी आत गेल्यावर काहीजणींनी माझ्याकडे पाहिलं. माझा अवतार एखाद्या चिंबलेल्या उंदरासारखा झाला असणार ह्याची मला कल्पना होती. मी घाईघाईनं टॉयलेटमध्ये गेलो. स्वत:ला अधिक ठाकठीक करण्याचा प्रयत्न केला आणि बाहेर आलो. तिथली बरीच टेबलं भरली होती. त्यात तरुणांचाच भरणा जास्त होता. बहुतेकांच्या हातात मद्याचे ग्लास होते.

तेवढ्यात एक तरुण वेटर आला, 'सर, आपल्यासाठी काय आणू?'

बेलफास्टमधल्या बारमन्सचं मला नेहमीच कौतुक वाटायचं. ते अतिशय तत्पर आणि नम्र असतात. ग्राहकांना उत्तम सेवा देण्यात त्यांना मनापासून अभिमान वाटतो आणि ड्रिंक देताना चार गोड शब्द बोलून त्यांचं मन प्रसन्न ठेवतात.

"अजून ठरवलं नाही. पण तूर्त एक बिअर आण. पुढचं नंतर सांगतो."

"लगेच आणतो सर. आणि तुमचं ठरलं की सांगा." असं म्हणून त्यानं पटकन एक बिअरची बाटली आणली.

मी सहज माझ्या घड्याळाकडे पाहिलं आणि चमकलोच. माझं सैनिकी घड्याळ काढायला मी विसरलो होतो. सहसा मी छावणीतून बाहेर पडताना दुसरं काहीसं नाजूक घड्याळ घालत असे. अर्थात माझ्या मजबूत मनगटावर ते अगदीच केविलवाणं दिसायचं हा भाग वेगळा. आता ते घड्याळ पाहून मला कोणी सैनिक म्हणून ओळखू नये म्हणून मी जाकिटाची बाही हातावर पूर्ण ओढून घेतली.

मी वेटरला एक पौंडाची नोट दिली आणि सुटे पैसे घेतले. ब्रिटननं आपल्या चलनात नुकतीच दशमान पद्धत सुरू केली होती. मला ती मुळीच आवडत नसे. माझ्या मनात जुना पौंड-शिलिंग-पेन्स हाच हिशेब चालायचा. मला नेहमीच महागाई वाढल्यासारखी वाटायची आणि सैनिकाचा पगार तो काय!

मी बिअरचा एक घोट घेऊन आजूबाजूला पाहिलं. मला नेहमी एकट्यालाच हिंडायला आवडायचं. माझे सहकारी मला त्यांच्याबरोबर चलण्याचा आग्रह करत. सगळ्यांनी मिळून धमाल करावी असं त्यांना वाटत असे. पण मी एकांडा शिलेदार होतो. एकटं असणंच मला भावत असे. चाकोरीबद्ध आयुष्य जगण्यापेक्षा एकटं जगावं, आपले निर्णय आपणच घ्यावेत हाच माझा खाक्या होता.

बारची खोली प्रशस्त होती. एका बाजूच्या खिडक्यांतून खालचा रस्ता दिसायचा. पण नेहमी गजबजलेला असणारा रस्ता पावसामुळे ओस पडला होता.

तिथे मुलींचे अनेक गट होते. त्यांच्या गप्पा चांगल्याच रंगल्या होत्या. काहीजणी त्यांच्या मित्रांबरोबर होत्या. त्या बारमध्ये तरुणांचाच भरणा जास्त असे. कारण तिथला जिना चांगलाच लांबलचक होता. जी थोडी वयस्कर माणसं तिथे होती ती तिथली जुनी गिऱ्हाईकं असावीत. शिवाय या पबमध्ये बिअर थोडी महागच

होती.

बिअर घेतानाच माझं लक्ष तिच्याकडे गेलं. ती तिच्या मैत्रिणीबरोबर एका खिडकीजवळ बसली होती. बोलताना मध्येच एक नजर रस्त्यावर टाकत होती. कुणाची तरी वाट पाहत असावी. त्या दोघींच्यासमोर बिअरचे ग्लास होते. माझ्यातर्फे दोघींना एकेक ड्रिंक देणं मला परवडेल का असा विचार मनात चमकून गेला.

त्यातल्या काळ्या केसांच्या मुलीनं माझं लक्ष वेधून घेतलं. जीन्स आणि पांढरा ब्लाऊज एवढाच तिचा वेष होता. चेहऱ्यावर मेकअप जवळजवळ नव्हताच. अंगठी, ब्रेसलेट, लॉकेट- काहीच नाही. ती अगदी तरुण दिसत होती. जेमतेम विशीची असावी. तिचे मधोमध भांग पाडलेले केस खांद्यावर रुळत होते. डोळे काळेभोर होते आणि कांती काहीशी फिकट- आयरिश मुलींसारखी. फारसं उन्हातान्हात फिरायची तिला सवय नसावी. तिच्या मैत्रिणीचं वय थोडं जास्त वाटत होतं. त्या दोघींबद्दल मला नैसर्गिक आकर्षण वाटलं. पण हेसुद्धा जाणवलं की इतक्या देखण्या मुली नक्कीच त्यांच्या बॉयफ्रेंडची वाट पाहत असणार.

माझी एक बिअर संपून दुसरी बाटली आली तरी दोघींच्या गप्पा चालूच होत्या. त्या काळ्या केसांच्या मुलीशी माझी एकदोनदा नजरानजर झाली. एकदा मी हातातला ग्लास उंचावून तिला 'विश' केलं. तीही पुसटशी हसल्याचा मला भास झाला.

साधारण १५ मिनिटांनी तिची मैत्रीण बहुधा बाथरूमला जाण्यासाठी उठली आणि मी पुढचं पाऊल उचललं. मी ग्लास हातात घेऊन तिच्याकडे निघालो. मी मुद्दाम सावकाश चालत होतो. मला तिला घाबरवायचं नव्हतं. कारण माझी सहा फूट उंची आणि मजबूत बांधा पाहून काही मुली बुजत असत.

'जपून. घाई करू नकोस,' मी स्वत:ला बजावलं. 'तुझी तिची ओळखही नाही. कोणत्याही क्षणी तिचा बॉयफ्रेंड हजर होईल.

मी जवळ गेल्यावर तिनं मान वर करून माझ्याकडे पाहिलं. जवळून ती जास्तच सुंदर दिसत होती. काळेभोर केस आणि डोळे, नाजूक कांती. मला एकाच गोष्टीची काळजी वाटली. ती माझ्यापेक्षा खूपच तरुण वाटली. जेमतेम १८ वर्षांची. तिच्या उंचीचा अंदाज येत नव्हता. तिचे पायदेखील शरीराइतकेच सुंदर असतील का हा विचार तेवढ्यात येऊन गेला.

'माझ्यातर्फे एक ड्रिंक घेणार?' मी शक्य तितक्या सहजपणे विचारलं. तिनं माझ्याकडे पाहून स्वागताचं हास्य केलं. मी आणखी थोडा जवळ गेलो. कारण आयरिश भाषा समजणं मला थोडं जडच जायचं. जरी मी त्या भागात काम केलेलं असलं तरी त्या भाषेतले शब्द, लकबी समजणं कठीण होतं. मी इंग्लिश असल्याचंही तिला जाणवू द्यायचं नव्हतं. कारण उत्तर आयर्लंडमधल्या बऱ्याच मुली - विशेषत:

रिपब्लिकन आणि कॅथलिक-इंग्रज सैनिकांपासून मैलभर लांब पळत.

पण आज माझं नशीब जोरावर होतं.

"तू देणार असशील तर बिअर घेईन." ती गोड आवाजात म्हणाली. तिनं तिचा रिकामा झालेला ग्लास उंचावला.

"आणि तुझी मैत्रीण?" मी हसून विचारलं.

"तुझी हरकत नसेल तर तीही एक बिअर घेईल."

"जरूर." असं म्हणून मी बारकडे गेलो. ड्रिंक मागवताना एकदा तिच्याकडे बघायचं ठरवलं. तिला खरंच माझ्यात रस वाटतोय की फक्त फुकट बिअर मिळतेय म्हणून हो म्हणाली, ह्याचा मला अंदाज घ्यायचा होता. मी पटकन वळून तिच्याकडे पाहिलं. तिची नजर माझ्यावर खिळलेली होती. पण ती दचकली वगैरे नाही. उलट माझ्याकडे पाहून मोकळेपणानं हसली. तिचे सुंदर दात चमकले. तिचं हसणंही निरागस होतं.

त्या तरुण बारमननं मला लवकर ड्रिंक द्यावं असं मला वाटत होतं. म्हणजे ती दुसरी मुलगी यायच्या आत मी माझ्या नवीन मैत्रिणीशी घटकाभर बोलू शकलो असतो. पण तिचं कमी वय हीच काळजीची गोष्ट होती. मी चोवीस वर्षांचा होतो. सहसा मी २१ वर्षांपेक्षा कमी वयाच्या मुलीबरोबर बाहेर जात नसे कारण मला त्या फारच तरुण आणि अननुभवी वाटायच्या. त्यात पुन्हा माझ्या शरीरयष्टीमुळे मी तिशीचा दिसत असे.

मी बिअरचे दोन ग्लासेस टेबलावर ठेवले.

"माझं नाव स्कॉट, तुझं?"

"मायरीड फॅरेल." ती म्हणाली. पुन्हा तिचे आयरिश उच्चार मला नीट कळले नाहीत.

"मेरी? मला नेमकं कळलं नाही." मी म्हणालो.

"नीट ऐक. मा--य--री--ड" ती सावकाश म्हणाली, "आयरिश मेरी समज हवं तर. तुला अवघड वाटत असेल तर मेरी म्हण."

"तुला काय आवडेल?"

"हे बघ, मी आयरिश आहे आणि मायरीडच म्हणून हाक मारलेलंच मला आवडेल."

"बरोबर," मी म्हणालो "मी मायरीड म्हणेन."

"टु मायरीड." मी ग्लास उंचावला.

"टु स्कॉट." असं म्हणून तिनं बिअरचा घोट घेतला.

"तुझं नावच स्कॉट आहे की तू स्कॉटलंडचा आहेस?"

"नाही," मी म्हणालो, "मी स्कॉटलंडला कधीच गेलो नाही. मी वूस्टरशायरमध्ये

राहतो. मात्र माझी सतत भटकंती चालू असते.''

"तू काय करतोस?'' तिनं विचारलं, "सैन्यात तर नाहीस ना?''

"छे,'' मी ठामपणे म्हणालो, "मी वेल्डर आहे. जहाजाच्या गोदीत वेल्डिंगची कामं करतो.''

उत्तर आयर्लंडमध्ये कोणाशीही ओळख झाली की हे माझं ठरलेलं उत्तर होतं. कारण ब्रिटिश सैनिक असल्याचं सांगणं म्हणजे रिपब्लिकन समर्थकांच्या तावडीत सापडणं आणि त्यात ते प्रोव्होज निघाले तर काही धडगत नव्हती. रिपब्लिकन मुलीसुद्धा आमच्याशी तितक्याच तुच्छतेनं वागत. आमच्याकडे पाहून थुंकत असत. जणू ब्रिटिश सैनिक म्हणजे गटारातले किडेच.

मी अशी बतावणी करण्याचं आणखी एक कारण म्हणजे मी खरोखरच्या वेल्डरसारखा दिसत असे. माझे मित्र नेहमी म्हणायचे की माझे मजबूत बाहू आणि रापलेला चेहरा बघून कुणाचीही अशीच समजूत होईल.

आणि सर्वांना, विशेषत: मुलींना अशी थाप मारण्याचं आणखीही एक कारण होतं. जेव्हा जेव्हा माझी इंग्लंडमध्ये किंवा परदेशी एखाद्या कामगिरीवर नेमणूक व्हायची तेव्हा मला जर्मनी किंवा नेदरलँडमध्ये वेल्डिंगचं काम मिळालं आहे किंवा उत्तर समुद्रात तेलविहीरीवर काम करतोय असं मला सांगता यायचं. त्यातल्या एखाद्या जाणकाराशी गाठ पडलीच तर मी वेळ मारून नेऊ शकत असे. वेल्डरचा पगार, त्याची कामं ह्याबद्दलही मी जुजबी माहिती मिळवली होती.

"तुझा पोटापाण्याचा उद्योग काय?'' मी विचारलं.

"मी एका विमा कंपनीत काम करते.'' ती म्हणाली.

"म्हणजे नेमकं काय?'' मला संभाषण चालू ठेवायचं होतं.

"सगळे करतात तेच.'' ती म्हणाली, "फोन घेणं, लोकांना उत्तर देणं, त्यांचं शंका-समाधान करणं वगैरे.''

"पगार तरी बरा मिळतो का?'' मी विचारलं.

"तुला काय वाटतं?'' तिची कामाबद्दल बोलण्याची विशेष इच्छा नव्हती. तेवढ्यात तिची मैत्रीण तिथे आली. तिच्या चेहऱ्यावर मिस्कील हसू होतं.

"तुमची झटक्यात मैत्री झालेली दिसते,'' तिच्याही बोलण्यात आयरिश लकब होती. "मी दोनच मिनिटं गेले होते. पण आतातरी माझी ओळख करून देणार की नाही?'' ती मायरीडला म्हणाली.

"हा स्कॉट.'' मायरीड म्हणाली, "त्यानं तुझ्यासाठी ड्रिंक आणलंय.''

"नॉट बॅड,'' ती म्हणाली, "तू सैन्यात आहेस का?''

"नाही,'' मायरीड म्हणाली, "तो वेल्डर आहे.''

"माझं नाव लेस्ली.'' ती शेकहँडसाठी हात पुढे करत म्हणाली.

"तुला भेटून आनंद झाला. ड्रिंकबद्दल धन्यवाद. नाव काय तुझं?"

"स्कॉट... स्कॉट ग्रॅहम." मी म्हणालो. पहिल्यांदाच मला तोंड उघडता आलं. मी एखाद्या सभ्य माणसासारखी तिच्यासाठी खुर्ची ओढून घेतली. लेस्ली मायरीडपेक्षा वयानं थोडी मोठी वाटली. तिचे केस पिंगट होते. नाकावर वांगाचे ठिपके होते. तिच्या बोलण्यावागण्यात चुणचुणीतपणा होता. आज खरंच माझं नशीब उजाडलं होतं. एका आयरिश पबमध्ये बसून मी दोन तरुणींबरोबर मजेत ड्रिंक घेत होतो आणि त्यात खोडा घालायला माझे धटिंगण मित्रही नव्हते. पण आता ह्या दोघींवर छाप पाडायला हवी होती.

"तू काय करतेस?" मी लेस्लीला विचारलं.

"ती माझ्याबरोबर काम करते." मायरीड पटकन म्हणाली. तेवढ्यात त्या दोघींच्यात नेत्रपल्लवी झाल्याचं मला जाणवलं.

"हो," लेस्ली म्हणाली, "आम्ही एकाच ऑफिसमध्ये काम करतो. इथून जवळच आहे. अशा हवेत एखादं ड्रिंक घ्यायला येतो इथे."

आता मात्र माझ्या मनात शंकेची पाल चुकचुकली. कुठेतरी गणित चुकत होतं. त्या दोघींपैकी कुणीतरी किंवा दोघीही खोटं बोलतात असं मला वाटलं. पण कशासाठी हे कळेना. माझ्या अंतर्मनानं मला तिथून उठून चालू लागण्याचा इशारा दिला. पण मला मायरीडबद्दल एक अनामिक ओढ वाटू लागली होती. मी थोडी चाचपणी करण्याचं ठरवलं. मायरीडचं आकर्षण म्हणून नाही तर त्यांचं खोटं बोलण्याचं कारण जाणून घेण्यासाठी. मला एकदा वाटलं कदाचित हे माझ्या मनाचे खेळ असतील. ह्या दोघी मैत्रिणी खरंच एखादी संध्याकाळ निवांत घालवायला इथे आल्या असतील.

आमच्या वेगवेगळ्या विषयांवर गप्पा सुरू झाल्या. बेलफास्ट, सिनेमा, पॉप म्युझिक वगैरे आणि बोलण्याच्या ओघात संभाषणाची गाडी 'ट्रबल्स'वर आली. उत्तर आयर्लंडची स्वायत्तता चळवळ, नित्याची झडती सत्रं, जागोजाग असलेला पोलीस बंदोबस्त आणि बेलफास्टमध्ये रात्रंदिवस चालणारी लष्कराची गस्त. मला जाणवलं की त्या दोघींनाही तिथलं ब्रिटिश सैन्याचं अस्तित्व मुळीच मंजूर नव्हतं. ब्रिटिशांनी उत्तर आयर्लंडमधून तत्काळ चालतं व्हावं अशीच त्यांची तीव्र भावना होती. मी एकदोन प्रश्न विचारले पण माझ्या मताचा मात्र थांग लागू दिला नाही. नाहीतरी आज राजकारणावर चर्चा करण्याचा माझा मूड नव्हताच. उद्देश एकच. मायरीडचं मन जिंकणं.

बोलता बोलता मधूनच आमची नजरानजर व्हायची. तीही नजर न चुकवता माझ्या चेहऱ्याकडे निरखून पाहत असे. तिचं वागणं बोलणं दिलखुलास होतं. तिनं बरंच काही पाहिलं आणि अनुभवलं असावं. तरीही तिचा ब्रिटिशांबद्दलचा द्वेष आणि

तिनं इंग्रजाबरोबर बारमध्ये गप्पा मारत बसणं ह्याचा मेळ बसत नव्हता. माझं कुतूहल चाळवलं गेलं आणि मी ह्या गोष्टीचा छडा लावायचं ठरवलं.

मला आणखी एक गोष्ट जाणवली. ती म्हणजे आमच्यात एकमेकांविषयी निर्माण झालेलं तीव्र लैंगिक आकर्षण. एकदा ती उठून टॉयलेटकडे जाताना माझं मन भरकटू लागलं. ती कपड्यांशिवाय कशी दिसत असेल हा विचार आला. ती साधारण ५ फूट उंच असावी. तिचं शरीर नेटकं आणि बांधेसूद होतं. माझी नजर तिच्यावर खिळली होती. मला अचानक जाणवलं की लेस्ली माझ्याकडे बारकाईनं पाहात होती. 'आम्हाला कळलं बच्चमजी' असेच तिच्या चेहऱ्यावरचे भाव सांगत होते. चोरी पकडली गेल्यामुळे मी चांगलाच वरमलो. मायरीड परत आल्यावर लेस्ली काहीतरी कारण सांगून तिथून निघून गेली.

"तू कुठे राहतेस?" मी विचारलं.

"स्टुअर्ट्स टाऊन रोड," असं म्हणून तिनं माझ्या प्रतिक्रियेचा अंदाज घेतला. तिनं सांगितलेल्या पत्त्यावरून ती कॅथलिक आहे की प्रोटेस्टंट हे कळायला मार्ग नव्हता. माझ्या दृष्टीनं ते कितपत महत्त्वाचं आहे ह्याचा ती अंदाज घेत होती.

तिनं सांगितलेला रस्ता बेलफास्टच्या पश्चिम भागात होता. तिथे कॅथलिक आणि प्रोटेस्टंट अशी संमिश्र वस्ती होती. "छे!" मी वैतागून स्वत:शी म्हणालो, "आता ही कॅथलिक निघाली तर पंचाईत होणार. प्रोटेस्टंट असली तर काम फत्ते." मी ह्यापूर्वी आयर्लंडमध्ये कधीही कॅथलिक मुलींबरोबर हिंडलो नव्हतो. आणि आम्हालाही कॅथलिक रिपब्लिकन भागापासून लांब राहण्याचे आदेश होते. अन्यथा प्रोव्होजचं लक्ष्य होण्याची भीती होती.

"मला त्या भागाची फारशी माहिती नाही," मी थाप मारली. "फॉल्सच्या जवळपास आहे का?"

तिच्या उत्तरावरून मी अंदाज बांधणार होतो. कारण 'फॉल्स' हा भाग म्हणजे कॅथलिक रिपब्लिकनांचा बालेकिल्ला होता. प्रोव्हिजनल आयरिश रिपब्लिकन आर्मी ही लढाऊ संघटना तिथूनच सदस्य मिळवत असे. आणि हेच लोक पुढे घातपाती कारवायांमध्ये भाग घेत. ब्रिटिश सैन्याला तर त्या भागात मज्जावच होता. ब्रिटिश सैनिक त्या भागात गेलेच तर चिलखती गाडीतून किंवा चार जणांच्या गटात. पायी गस्त घालताना प्रत्येकाच्या हातात मशीनगन असे आणि अंगात बुलेटप्रुफ जाकीट.

"फॉल्सच्या पलीकडच्या बाजूला." तिनं पटवायचा प्रयत्न केला.

"तिथे काही गडबड?" मी उसन्या बेफिकिरीनं विचारलं.

"विशेष नाही." तिनंही थाप मारली. "एखादी किरकोळ घटना होते. पण फॉल्सइतकी वाईट स्थितीही नाही. मात्र अनेक प्रोटेस्टंट कुटुंबं निघून जातायत."

"तिथे राहाणं तुला आवडतं?"

“म्हणजे काय? ते तर माझं घर आहे,” ती म्हणाली. “मी तिथेच जन्मले. लहानाची मोठी झाले. मी दुसरीकडे राहूच शकत नाही.”

“मी तिथे येऊन तुला भेटू शकतो?” मी विचारलं आणि लगेच जीभ चावली. मी जरा जास्तच घाई करत होतो.

“नको.” ती पहिल्यांदाच गंभीर होत म्हणाली.

“पण का?”

“हे बघ, बोलण्यावरून तू इंग्लिश आहेस हे लगेच समजतं. उगीच तू सैनिक आहेस असा कुणाचा गैरसमज व्हायला नको. ब्रिटिश सैनिक त्यांना मुळीच आवडत नाहीत. विशेषत: त्या ‘ब्लडी संडे नंतर.”

“पण तो प्रकार तर ‘डेरीमध्ये घडला होता ना?” मी विचारलं. खरंतर मला त्या घटनेची इत्थंभूत माहिती होती. जानेवारी १९७२ मध्ये पॅराशूट रेजिमेंटनं-म्हणजे माझ्याच तुकडीनं- आयरिश राष्ट्रवादी निदर्शकांवर बेछूट गोळीबार केला होता. त्या जमावात मुख्यत: विशीच्या आतले टीन एजर्स होते. ते लष्कराची हुर्यो उडवत होते. दगड आणि बाटल्यांचा भडिमार चालू होता. आणि अचानक कोणताही इशारा न देता पॅराजनी गोळीबार सुरू केला. एकच पळापळ उडाली. पळत असलेल्या निदर्शकांचा पाठलाग करून पॅरोज त्यांना टिपत होते. अखेर गोळीबार थांबला तेव्हा १३ कॅथलिकांची प्रेतं पडली होती आणि २९ जण जखमी झाले होते.

“काय फरक पडतो?” मायरीड चिडून म्हणाली, “शेवटी ते ब्रिटिश सैनिकच होते ना?”

आता विषय बदलायला हवा होता. पण पुन्हा मला माझ्या अंतर्मनानं इशारा दिला. ऊठ आणि चालू लाग. मायरीडची भेट, हे संभाषण सगळं विसर. पण आता ते अशक्य होतं. आम्हाला परस्परांबद्दल तीव्र शारीरिक आकर्षक निर्माण झालं होतं. माझ्याबाबतीत असं फार क्वचित होत असे आणि ह्या आकर्षणापुढे आम्ही अनोळखी असणं, विरुद्ध पक्षात असणं, ह्या गोष्टी गौण होत्या.

पण तिच्याकडून कसा प्रतिसाद मिळेल त्याबद्दल मी साशंक होतो. ती मला हवी होती. पण तिलाही तसंच वाटत असेल का? तिने माझ्याकडे आकृष्ट व्हावं असं मला वाटत होतं म्हणून तर मी तिला आवडलोय कशी कल्पना मी करू लागलो नसेन? पण अगदीच तसं काही नव्हतं.

“आपण पुन्हा भेटू शकू?” मी विचारलं.

“का नाही?” ती काहीशा निरुत्साहानं म्हणाली, “पण तुझी खरंच तशी इच्छा आहे की मॅनर्स पाळतोयस?”

“तुला खोटं वाटतं?”

“नाही रे! माझी धडधड वाढलीय.”

“खोटं!” मी म्हणालो. पण माझ्याही हृदयाचे ठोके वाढले होते.

आमच्यातलं अवघडलेपण गळून पडलं होतं.

“मग मला एक चुंबन देणार?” मी थट्टेनं विचारलं. भर पबमध्ये ती असं काही करण्याची शक्यता नव्हतीच.

“थांब. दाखवतेच तुला,” असं म्हणत ती उठली आणि माझ्या गालाचं ओझरतं चुंबन घेऊन पुन्हा बसली.

मी अवाक् झालो. पण निदान तिला माझ्याबद्दल आकर्षण आहे आणि भेटण्याची इच्छा आहे ह्याची खात्री पटली.

“मग, भेटणार ना पुन्हा?”

“हो.” ती संकोचून म्हणाली.

“पुढच्या बुधवारी साडेसात वाजता इथेच. जमेल?”

“नक्की.” ती म्हणाली, “तुला काय वाटलं? माझी आई मला सोडणार नाही?”

“झकास ठरलं तर मग,” मी म्हणालो, “मला तुझा फोन नंबर देतेस? अगदीच काही अडचण आली तर कळवीन. उगीच तुझा खोळंबा व्हायला नको.”

“अगदी जंटलमन आहेस.” असं म्हणून तिनं मला फोन नंबर दिला.

निघताना तिच्या चुंबनाची परतफेड करावी की नाही हे मला कळेना. शेवटी मी शेकहँड करूनच निरोप घेतला. तेवढ्यात लेस्ली तिथे आली. मी तिचाही निरोप घेतला.

“बरंय भेटू या.” मी मायरीडचा निरोप घेतला.

“बरं.” असं म्हणून तिनं लेस्लीबरोबर संभाषण सुरू केलं.

जिना उतरताना मी पुन्हा वळून दोघींना टाटा केलं. त्यांनीही तसंच प्रत्युत्तर दिलं. रस्त्यावरून मी पुन्हा त्या खिडकीकडे बघितलं. दोघींचं मनापासून संभाषण चालू होतं. बाहेरचा गारवा आणि पाऊस ह्यामुळे मी उल्हसित झालो. पण मला आमची गाडी पकडायला आधीच उशीर झाला होता.

पण मी कुठे आहे ह्याचं मला पक्कं भान होतं. माझ्या मागावर कोणी नाही ना ह्याची मी खात्री करून घेतली. आज घडलेल्या गोष्टींमुळे मी खुशीत होतो. नेहमीच्या ठिकाणी आम्हाला छावणीत नेणारी गाडी आली होती. माझे सहकारीही आले होते. गाडीतून परत जाताना त्यांच्या ‘पराक्रमां’च्या बढाया चालूच होत्या.

दोन

पुढे मला मायरीडबद्दल बरीच माहिती कळली. तिचं बालपण आनंदात गेलं होतं. सहा भावंडांत ती एकटीच बहीण होती. दोन नंबरची. तिच्या वडिलांचं हार्डवेअरचं दुकान होतं. त्या दुकानावरच त्यांचं कुटुंब राहात असे. ते घर आणि दुकान बेलफास्टच्या 'फॉल्स' ह्या कट्टर रिपब्लिकन वस्तीत होतं. नंतर त्यांच्या कुटुंबानं स्टुअर्टस् टाऊन ह्या मध्यमवर्गीय कॅथलिक वस्तीत स्थलांतर केलं.

पाच भावांची एकुलती एक बहीण असल्यामुळे ती आजूबाजूच्या कॅथलिक मुलींबरोबरच खेळत असे. आधीच ती वयाच्या मानानं लहान चणीची होती. त्यातून पाच भावांना तोंड द्यावं लागत असल्यामुळे ती चांगलीच चतुर आणि जिद्दी झाली होती. पण एरवी तिला तिच्या भावांचं संरक्षणही मिळत असे. त्यामुळे बाकीची मुलं तिच्या वाटेला जात नसत. जात्याच हुशार असल्यामुळे ती कॅथलिक शाळेतला कठीण अभ्यासही सहज पार पाडायची. शाळेत ती लोकप्रिय पण काहीशी गंभीर समजली जायची.

पण ह्या संवेदनाक्षम काळातच बेलफास्टमधल्या राजकीय घडामोडींचा तिच्यावर खोल परिणाम झाला. ती ९ वर्षांची असतानाच उत्तर आयर्लंडची मानवाधिकार चळवळ सुरू झाली. या संघटनेने अनेक मुद्दे हाती घेतले होते. एक व्यक्ती एक मत, मतदारसंघाची पुनर्रचना, लोकांच्या तक्रारी निवारण्यासाठी सरकारी यंत्रणा, विशेष अधिकार कायदा रद्द करणे अशा अनेक गोष्टींसाठी त्यांनी आवाज उठवला होता.

ह्या कार्यात आता मायरीडला रस वाटू लागला. सामाजिक न्याय, अल्पसंख्य कॅथलिक समाजाला समान हक्क, हे मुद्दे तिला पटू लागले. त्यातच अल्स्टर युनियनिस्ट ह्या संघटनेनं त्यांना कडाडून विरोध केला. आरयूसीची दडपशाही चालू होतीच. त्यांच्यात प्रोटेस्टंट्सचा भरणा होता. शांततेनं निदर्शनं करणाऱ्या जमावावर ते निर्दयपणे लाठीमार करत. पण ह्या वाढत्या दंडेलीचा परिणाम उलटाच झाला. अधिकाधिक लोक रस्त्यावर उतरू लागले. डेरी शहरात ऑगस्ट १९६८ मध्ये १५००० कॅथलिकांनी शांततापूर्ण मोर्चा काढला. ते आरयूसी आणि बी स्पेशल दलांच्या निषेधाच्या घोषणा देत होते. त्यांची संख्या पोलिसांच्या ५०पट असल्यामुळे पोलिसांनी तात्पुरती माघार घेतली.

पण आता प्रोटेस्टंट बाजूनंही प्रतिहल्ले सुरू झाले होते. मोर्चेकऱ्यांना निर्दयपणे ठोकून काढलं जाई. पण त्यामुळे मानवाधिकार चळवळ जास्तच जोम धरू लागली. मायरीडला तिच्या कुटुंबातला ताण जाणवू लागला. तिचे आजोबा तिला रिपब्लिकन चळवळीच्या गोष्टी सांगत असत. ते दुसऱ्या महायुद्धात इंजिनियर होते. ब्रिटिश सैन्याला मदत नाकारल्याबद्दल त्यांना एकदा तुरुंगावासही भोगावा लागला होता.

वयाच्या अकराव्या वर्षी मायरीडनं प्रत्यक्ष हिंसाचाराचा अनुभव घेतला. ब्रिटिशांशी एकनिष्ठ असणाऱ्यांनी त्यांच्या 'संरक्षण' संघटना बांधल्या. कॅथलिक वस्त्यांवर त्यांचे हल्ले सुरूच होते. त्या उन्हाळ्यापर्यंत घराच्या आणि मुलांच्या काळजीनं कॅथलिकांच्या तोंडचं पाणी पळालं. भरीस भर म्हणून निर्णायक हल्ल्याची धमकी देणारी पत्रकं त्यांच्या वस्तीत फेकली जात.

बेलफास्टमधल्या काही राष्ट्रवाद्यांनी डब्लिनच्या आयआरएला मदतीसाठी साकडं घातलं. बचावासाठी बंदुका पाठवा म्हणून विनवण्या केल्या. पण त्याचा काही उपयोग झाला नाही.

अखेर १९६९ च्या चौदा ऑगस्टला 'निष्ठावंत' कॅथलिक वस्त्यांवर तुटून पडले. गल्लीबोळात घुसून त्यांनी घरांना आगी लावायला सुरुवात केली. घरं दाटीवाटीनं वसलेली असल्यामुळे आग झपाट्यानं पसरली. दुसऱ्या दिवशीही हे थैमान चालू होतं. केवळ ३६ तासात दोनशेहून अधिक घरं आगीच्या भक्ष्यस्थानी पडली होती. मायरीडच्या अनेक मैत्रिणींच्या कुटुंबांचं सर्वस्व नाहीसं झालं होतं. त्यांची घरं, फर्निचर, कपडेलत्ते सगळ्यांची राखरांगोळी झाली होती.

आणि हे आगीचं थैमान सुरू असतानाच आरयूसीनंही वाहत्या गंगेत हात धुऊन घेतले. फॉल्स रोड भागात त्यांच्या चिलखती लँडरोव्हर गाड्यांची घरघर सुरू झाली. त्यांच्यावर स्वयंचलित मशीनगन्स बसवल्या होत्या. कुठे थोडी जरी हालचाल दिसली तरी त्या दिशेनं गोळ्यांचा वर्षाव होत असे. पोलिसांनीही अल्पसंख्य

कॅथलिकांचं रक्षण करण्याऐवजी निष्ठावंतांशी हातमिळवणी केली. त्यांच्याही मशीनगन्स धडधडू लागल्या. ह्या हिंसाचारात १० जण ठार तर १०० जखमी झाले. सर्व कॅथलिक.

आता मात्र कॅथलिक वस्तीत एकच घबराट उडाली. निष्ठावंतांचे आणि आरयूसीचे खुनशी हल्ले चालूच होते. आता कॅथलिकांनी जळालेल्या घरातच मोर्चेबांधणी सुरू केली. प्रोटेस्टंट वस्तीकडे जाणाऱ्या रस्त्यांवर अडथळे उभे केले. तरुण कॅथलिक पुरुष हातात दंडुके घेऊन गस्त घालू लागले. आजूबाजूच्या वस्त्यांमधून शेकडो कॅथलिकांचे थवे आसऱ्यासाठी फॉल्स रोडकडे येऊ लागले. त्यांच्यासाठी अन्नछत्रं सुरू झाली.

ह्या सगळ्या थरकाप उडवणाऱ्या घटनांचा मायरीड आणि तिच्या मैत्रिणींवर खोल परिणाम झाला. पण तरीही त्यांनी आणि सर्व कॅथलिकांनी ब्रिटिश सैन्याचं स्वागतच केलं. दोनच आठवड्यात तिथे शांतता प्रस्थापित करण्यासाठी ६००० सैनिक तैनात केले गेले. असुरक्षित बनलेल्या कॅथलिकांना आपले रक्षणकर्तेच आल्यासारखं वाटलं. पण त्यांचा आणि लष्कराचा मधुचंद्र लवकरच संपुष्टात आला.

अजूनही आयआरएची अनुपस्थिती सगळ्यांना खटकत होती. १९२० आणि १९३५ सालच्या हत्याकांडात आयआरए मदतीला धावून आल्याचं वयस्कर माणसं सांगत पण ह्यावेळी मात्र कुणीच दिसलं नाही.

पुढची तीन वर्ष आपल्या जिविताचं आणि घरादाराचं रक्षण हा एकच विचार कॅथलिकांच्या मनात होता. त्यांच्या दाट वस्त्या तयार झाल्या. त्यामुळे त्यांना निष्ठावंतांचा आणि आरयूसीचा प्रतिकार करता येत असे. पण तेवढ्यात लंडनहून असा फतवा निघाला की हे सर्व अडथळे दूर करावेत. आणि ही कामगिरी सोपवली गेली ब्रिटिश सैन्यावर.

त्यामुळे आतापर्यंत कॅथलिकांना ब्रिटिश सैन्याकडून असलेली मदतीची आशा पूर्णपणे मावळली. त्याची जागा अविश्वास आणि शत्रुत्व ह्यांनी घेतली. ब्रिटिश सैनिक अडथळे काढायला आले की कॅथलिक तरुण त्यांच्यावर दगड, विटा आणि बाटल्यांचा वर्षाव करत. लवकरच 'मोलोटोव्ह कॉकटेल' नावाचे गावठी बॉंबही सर्रास वापरले जाऊ लागले. आता दोन्ही बाजूनं शक्तीप्रदर्शनाची चढाओढच सुरू झाली.

मायरीडच्या आईवडिलांनी त्यांचं घर अँडरसन्स टाऊन ह्या भागात हलवलं. पण दुकान मात्र सुरूच ठेवलं. त्यामुळे मायरीडच्या वडिलांना तिथे पोचेपर्यंत हे अडथळे पार करावे लागत असत. वाटेत त्यांच्या गाडीची कसून झडती घेतली जाई. मायरीडला ह्या सगळ्याची मनस्वी चीड येत असे. पण तिनं सर्वांच्या मदतीनं अभ्यास सुरूच ठेवला होता. तरीही तिचं आणि तिच्या मैत्रिणींचं झपाट्यानं

राजकीयीकरण सुरू झालं. निष्ठावंत, आरयूसी आणि ब्रिटिश सैन्य हे आता त्यांना शत्रू वाटू लागले.

मायरीड १३ वर्षांची असताना एक विलक्षण घटना घडली. ऑगस्ट १९७१ च्या एका पहाटे कचऱ्याच्या डब्यांची फेकाफेक आणि आदळआपट सुरू झाली. रिपब्लिकन भागावर हल्ला येत असल्याचा तो सांकेतिक इशारा होता. स्त्रियांचा आरडाओरडा सुरू झाला. लंडनच्या आज्ञेवरून ब्रिटिश सैन्य त्या वस्तीत घुसलं. घराघरातून घुसून त्यांनी कॅथलिक तरुणांना बाहेर काढलं आणि वाहनांमध्ये अक्षरश: कोंबलं. दिवसभर हा धुडगूस चालू होता. संध्याकाळपर्यंत ३४२ कॅथलिक पुरुषांना कोणताही आरोप न ठेवता अटक झाली. त्यातले फक्त १०० आयआरएचे सदस्य होते. ११६ जणांची सुटका झाली. बाकीच्यांना मात्र स्थानबद्ध केलं गेलं.

आता मात्र कॅथलिकांनी ब्रिटिश सरकारकडून न्यायाची अपेक्षा सोडून दिली. केवळ कॅथलिक आहेत म्हणून त्यांच्या धरपकडीचं सत्र सुरू झालं. पण ही तर पुढच्या भयानक घटनांची नांदी होती.

आता मायरीड १४ वर्षांची झाली होती. पॅराशूट रेजिमेंटनं - पॅराजनी - केलेल्या 'ब्लडी संडे'च्या हत्यांमुळे तिचं भावविश्व उद्ध्वस्त झालं.

बॉगसाईड विभागात सैन्याने १५००० निरपराध निदर्शकांवर बेछूट गोळीबार केला. हे तिच्या दृष्टीनं अक्षम्य होतं. ह्या घटनेचं चित्रण तिनं टीव्हीवर असंख्य वेळा पाहिलं. सर्व बातम्या वाचून काढल्या. शेकडो कॅथलिक तरुणांनी तिथे अडथळे उभे केले. ते लष्कराची हुर्यो उडवत होते. त्यांना टोमणे मारत होते. पण ही तशी नित्याचीच बाब होती.

सैन्यानं अश्रुधूर सोडल्यावर मात्र मोर्चेकरी माघार घेऊ लागले. त्यातच 'वॉटर कॅनन' येताना पाहून ते चांगलेच धास्तावले. थंड पाण्याचे प्रचंड शक्तीनिशी अंगावर येणारे फवारे झेलण्याची कुणाचीच इच्छा नव्हती.

आणि अचानक कोणतीही पूर्वकल्पना न देता पॅराजनी गोळीबार सुरू केला. सर्वांना पळता भुई थोडी झाली. काहीजणांनी स्वत:ला जमिनीवर झोकून दिलं. काहीजण वाहनांच्या आडोशाला लपले. गोळीबार पद्धतशीरपणे होत होता. अनेकांनी शरणागतीचं चिन्ह म्हणून पांढरे रुमाल हलविले. पण त्यांच्याकडे पूर्ण दुर्लक्ष केलं गेलं. तेरा कॅथलिकांचे मुडदे पडले तर २९ जण जखमी झाले. त्यातला एक नंतर जखमांमुळे दगावला. हे सर्व विशीच्या आतले तरुण होते.

ह्या घटनेबद्दलचं अधिकृत निवेदन वाचून मात्र कॅथलिकांचा राग अनावर झाला. बॉगसाईडमध्ये दोन सशस्त्र बाजूंचं युद्धच झालं असं चित्र रंगवलं गेलं. मृतांपैकी अनेकजण गावठी बॉंब फेकत होते, काही काळ्या यादीत होते असं भासवलं गेलं.

पण लष्कराच्या ह्या दाव्यावर कोणाचाच विश्वास बसला नाही. हे सर्व आरोप नंतर मागे घेतले गेले. मात्र सरकारी चौकशी समितीनं सैन्याची काहीच चूक नव्हती अशीही सारवासारव केली. त्यानंतर २ वर्षांनी सरकारनं 'थोडीशी' चूक झाल्याचं मान्य केलं. संरक्षण मंत्रालयानं मृतांच्या कुटुंबियांना एकूण ४१५०० पौंडांची 'सानुग्रह भरपाई' दिली. सद्भावनेचं प्रतिक म्हणून!

चौकशीनंतर डेरी शहराच्या कॉरोनरनं एक निवेदन प्रसिद्ध केलं : ''त्या दिवशी लष्करानं थैमान घातलं. आपण काय करतो आहोत ह्याचं त्यांना भान नव्हतं. निरपराध लोकांना त्यांनी गोळ्या घातल्या. मोर्चा जरी बेकायदेशीर असला तरी अशा बेछूट गोळीबाराचं समर्थन होऊ शकत नाही. ह्या सर्वांचे खून झाले असंच म्हणावं लागेल.''

ह्या सर्व प्रकारानं मायरीडचं काळीज हेलावलं. आता ती त्यांना कधीच क्षमा करणार नव्हती. सरकारच्या एकाही शब्दावर तिचा विश्वास बसणार नव्हता. 'सदा सत्य वदावे' ह्या कॅथलिक परंपरेत ती वाढली होती. ब्रिटिश न्यायसंस्थेवर तिचा विश्वास उरला नाही.

तिच्या शाळेतल्या काही मैत्रिणींनादेखील ह्या 'ब्लडी संडे'चा फटका बसला होता. त्यांच्या आपसात चर्चा झडू लागल्या. सैन्याचा सूड घेण्याचा विचार सुरू झाला. 'शिन फेन' ह्या लढाऊ संघटनेच्या नेत्यांनी जारी केलेलं निवेदन त्यांनी तोंडपाठ केलं.

''ह्या मृत्यूंचा बदला घेण्यासाठी संघटित, प्रशिक्षित आणि शिस्तबद्ध होण्याला पर्याय नाही. ह्या नालायक लष्कराला हुसकावून लावा. खरंतर त्यांचे मुडदेच पाडले पाहिजेत. दगड आणि बाटल्या ही शस्त्र कुचकामी आहेत. आम्ही लोकांना प्रशिक्षण देऊ. नुसते आयआरए जिंदाबादचे नारे देऊ नका. आयआरएमध्ये सामील व्हा.''

आईवडिलांच्या नकळत मायरीड आणि तिच्या मैत्रिणी रिपब्लिकन अड्ड्यात जाऊ लागल्या. उत्तर आयर्लंडच्या चळवळीची माहिती घेऊ लागल्या.

घरीसुद्धा मायरीड मधूनच हा विषय काढत असे. तिला तिच्या आईवडिलांचा आणि भावांचा पाठिंबा अपेक्षित होता. पण त्यांची ह्या राजकीय भानगडीत पडायची मुळीच इच्छा नव्हती. पण ती विचलित झाली नाही. तिचं मनोबल विलक्षण होतं. समोर आजोबांचा आदर्श होता. पण तिनं खूप अभ्यास करावा, कॉलेजमध्ये जावं अशी तिच्या आईची इच्छा होती. मायरीड मन लावून अभ्यास करायची. इंग्लिश आणि आधुनिक भाषा घेऊन ती पास झाली. तिला कॉलेजमध्ये प्रवेश मिळाल्यातच जमा होता. पण मायरीडला मात्र थोडे पैसे कमावून फोफावणाऱ्या 'शिन फेन' चळवळीत उडी घ्यायची घाई झाली होती. तिनं आईला निक्षून सांगितलं की ब्रिटिशांना आयर्लंडमधून हाकलून दिल्याशिवाय ती विद्यापीठात जाणार नाही. ती

‘ओग्लेना आयरान’ ह्या संघटनेची सदस्य झाली. तिची हुषारी, उत्साह आणि निष्ठा पाहून तिचं स्वागत झालं. कॅथलिकांचा लढा हाच आता तिचा ध्यास होता. ब्रिटिश राज्याच्या खुणा जागोजागी दिसत. आयआरएच्या कैद्यांचा राजकीय दर्जा रद्द झाल्याचं तिला कळलं.

मायरीडच्या उत्साहाला धरून म्हणावा तसा पाठिंबा मिळाला नाही. तरीही तिनं आपला वैयक्तिक लढा जोमानं चालू ठेवला. तिचे साथीदारही असेच झपाटलेले होते. ह्या स्वयंसेवकांना नंतर कार्यकारी सदस्यांचा दर्जा मिळत असे आणि त्यांच्यावर जास्त जबाबदारीची आणि धोकादायक कामं सोपवली जात. तिथे लिंगभेदाला थारा नव्हता.

पण मायरीड तीन वेगवेगळ्या भूमिकांमध्ये जगत असल्याचा तिच्या आईला पत्ता नव्हता. घरी ती एक आज्ञाधारक, कर्तव्यदक्ष आणि संसारानं ओढग्रस्तीला आलेल्या आईला घरकामात मदत करणारी मुलगी होती.

तिची संध्याकाळ आयआरएला वाहिलेली असे. तिला आणि तिच्या मित्रांना निरोप पोचवण्याची कामं मिळत. आणखी एक काम म्हणजे बारीकसारीक चोऱ्या करून तो माल गरीब कॅथलिकांना वाटणं.

ही कामं मायरीड उत्साहानं करत असे. जमेल त्या मार्गानं रिपब्लिकन चळवळीला मदत करण्याची तिनं शपथ घेतली होती. अखंड आयर्लंड हाच तिचा ध्यास होता.

तिच्या जगण्याला तिसरा पदरही होता. बेलफास्टच्या पबमध्ये भेटलेल्या एका तरण्याबांड ब्रिटिश वेल्डरकडे ती आकर्षित झाली होती. हे नातं मात्र त्रासदायक होतं. एकीकडे ब्रिटिशांचा आत्यंतिक द्वेष आणि दुसरीकडे त्या बिनधास्त वेल्डरविषयीचं अनामिक आकर्षण ह्यात तिची घुसमट होऊ लागली.

सतरा वर्षांची मायरीड प्रेमात पडली होती.

तीन

पुढचे दोन आठवडे मायरीडची भेट झाली नाही. पहिल्या भेटीनंतर काही दिवसांनी मी तिला घरी फोन केला. सुदैवानं तिनंच घेतला. तिच्या आईवडिलांशी बोलायची माझी इच्छा नव्हती.

'मायरीड, तूच ना?' मी म्हणालो, 'मी स्कॉट बोलतोय. आपण किंग आर्थर पबमध्ये भेटलो होतो.'

"ठाऊक आहे." तिच्या बोलण्यात चलबिचल जाणवत होती.

"मला बिनडोक समजलास का? आणि इथे कशाला फोन केलास? पुढच्या आठवड्यात आपण भेटणारच आहोत."

"हो," मी म्हणालो, "पण जरा गडबड झाली आहे. पुढच्या आठवड्यात जमणार नाही. त्याच्या पुढच्या आठवड्यात भेटू या का?"

"ओके."

"आणि काय चाललंय?" मला संभाषण चालू ठेवायचं होतं.

'नेहमीचंच काम.' ती तुटकपणे म्हणाली.

'तू आता बोलू शकत नाहीस का?' मी तिला बोलणं थांबवण्याची संधी दिली.

'नाही,' ती म्हणाली, 'ठरल्याप्रमाणे भेटू या.'

तिनं फोन ठेवला.

दोन आठवड्यांनी ती ठरलेल्या ठिकाणी माझी वाट पाहात बसली होती.

माझ्या मागावर कोणी नसल्याची खात्री मी पबमध्ये शिरण्या अगोदर करून घेतली होती. उगीच सापळ्यात अडकण्याची माझी इच्छा नव्हती. जाताक्षणी ती मला दिसली. माझ्या येण्याची दखल कोणी घेतल्याचं जाणवलं नाही. मायरीड खूपच छान दिसत होती. चेहऱ्यावर प्रसन्न हास्य होतं. मला पाहून ती आनंदली. तिनं पटकन उठून माझ्या गालाचं चुंबन घेतलं. मी मनोमन सुखावलो.

'काय आणू तुझ्यासाठी?' मी विचारलं.

'बिअर.'

पुढचे दोन तास आम्ही गप्पा मारत होतो. आता आमच्यात खूप जवळीक निर्माण झाल्याचं मला जाणवलं. कदाचित त्या वातावरणाचा आणि बिअरचा परिणाम असावा. मध्येच ती माझ्याकडे टक लावून बघायची. मी काहीसा बेचैन झालो. पण तिचं वागणं, मोकळं हसणं ह्यावरून तिला माझा सहवास आवडलाय असं दिसत होतं. पण मला संधी जाऊ द्यायची नव्हती. म्हणूनच मी जास्त सलगी दाखवली नाही.

मध्येच तिनं अचानक उठून माझ्या ओठांचं चुंबन घेतलं. तिला जवळ घ्यावं असं मला तीव्रतेनं वाटलं पण मी स्वत:ला आवरलं. फक्त तिचा हात हातात घेतला आणि ग्लास उंचावून म्हणालो, "टू अस."

"टू अस." ती म्हणाली.

आता लवकरच आमचं प्रेमप्रकरण रंगणार ह्याची मला खात्री पटली.

"बस स्टेशनपर्यंत माझ्या सोबत येशील?" रात्रीचे १० वाजत आल्यावर तिनं विचारलं, "बाहेर छान हवा पडलीय."

"जरूर. निघू या?"

आम्ही आपापली जॅकेट्स उचलली आणि खाली गेलो. माझी सावध नजर पुन्हा भिरभिरली. पण मला हे मायरीडला जाणवू द्यायचं नव्हतं. नाहीतर माझं खरं रूप तिनं ओळखलं असतं. बेलफास्टमध्ये 'पॅरा' म्हणून काम करताना सदैव सावध राहणं भाग होतं. मी मायरीडपेक्षा चांगला आठ-नऊ इंच उंच होतो. मी तिच्या खांद्यावर हात ठेवला होता. तिनं माझ्या कमरेला विळखा घातला. मधूनच ती मला चिमटे काढून गुदगुल्या करण्याचा प्रयत्न करत होती.

"तुझे स्नायू चांगलेच पिळदार आहेत रे," ती म्हणाली 'मला कल्पना नव्हती."

मी तिचा शेरा हसण्यावारी नेला. माझ्या कामामुळे फिट राहतो, एवढंच सांगितलं.

जसजसं स्टेशन जवळ येऊ लागलं तशी ती कावरीबावरी झाली. आजूबाजूच्या माणसांकडे पाहू लागली.

"काय झालं?" मी विचारलं.

"काही नाही." ती म्हणाली, "तुझ्या मनाचे खेळ."

मी वाद घातला नाही.

स्टेशनपासून सुमारे २०० यार्डांवर ती थांबली. आणि माझं ओझरतं चुंबन घेऊन म्हणाली "मी निघते."

"कुठे चाललीस?' मी म्हणालो, "स्टेशन तर अजून लांब आहे."

"नको. हे असंच बरं." ती म्हणाली, "कारण नंतर सांगेन. तुला परत भेटायची इच्छा आहे ना?"

"हो." मी म्हणालो, "पण कधी? एवढी काय घाई आहे?'

"उद्या संध्याकाळी सातला मला फोन कर. प्लीज." असं म्हणून ती धावतच स्टेशनकडे गेली. एकदाही वळून न पाहता.

मला एकदम वाटलं की एवढी काळजी घेऊनही मी सापळ्यात अडकलोय. कॅथलिक मुलींपासून दूर राहा असं आम्हाला वारंवार बजावलं जात असे. काही कॅथलिक मुली सैनिकांना भुलवून एखाद्या निर्जन ठिकाणी घेऊन जात आणि त्यांनी तिथून काढता पाय घेताच त्याला प्रोव्होजच्या गुंडांचा गराडा पडे. आणि मग त्या असहाय सैनिकाची यथेच्छ धुलाई होत असे. एकदा तीन स्कॉटिश सैनिकांना काही मुलींनी असंच मोहात पाडून दूर नेलं. तिथे आयआरएच्या टोळीनं त्यांना गोळ्या घालून ठार केलं.

मी भिंतीला पाठ लावून सावधपणे उभा राहिलो. रस्त्यावर माणसं तुरळक होती. बहुतेक स्टेशनकडे जाणारी मध्यमवयीन जोडपी. धोका नसल्याची खात्री झाल्यावर मी आमच्या गाडीकडे निघालो. उगीच संशय घेतल्यामुळे मी स्वत:वरच चिडलो. मायरीड एक साधी मुलगी होती. तिच्या वागण्याचा ती खुलासा करणारच होती.

आम्ही पुढच्या आठवड्यात भेटायचं ठरवलं. मी तिच्या घरी घ्यायला येतो असं म्हटलं. पण लगेच तिनं माझं म्हणणं साफ उडवून लावलं. 'छे! तसं मुळीच नको.' ती एखादं योग्य कारण शोधत होती. 'मी तिथून लांब राहते. तुला सापडणार नाही.'

"पण माझ्याकडे गाडी आहे," मी म्हणालो, "काही प्रॉब्लेम येणार नाही."

"येईल." ती दबक्या आवाजात म्हणाली. बहुतेक तिचे आईवडील जवळपास असावेत. "तुझ्या लक्षात येत नाहीये. नंतर सगळं सांगीन."

"मग तुझ्या ऑफिसमध्ये घ्यायला येऊ?'

"मुळीच नको." ती म्हणाली. माझा संशय पुन्हा जागा झाला.

शेवटी आम्ही तिच्या घरापासून दोन मैलावर असलेल्या एका पबजवळ

भेटायचं ठरवलं. ती माझीच वाट बघत होती. अंगात नेहमीप्रमाणे जीन्स आणि स्वेटर होता. तिचे केस चमकत होते. चेहऱ्यावर सुंदर हास्य होतं.

"चल." ती गाडीत बसताक्षणी म्हणाली.

"एवढी घाई कशाला?" मी विचारलं, "आणि अशी भूत पाहिल्यासारखी का दिसतेस?'

"काही नाही.' ती शांत होत म्हणाली, "आपण गावाबाहेर, लांब असलेल्या एका पबमध्ये जाऊ."

"ठीक आहे. असा एक पब आहे. तिथे आपल्याला निवांत एखादं ड्रिंक घेता येईल.'

ती माझ्याजवळ सरकली. माझ्या मांडीवर हात फिरवू लागली. मध्येच माझ्या गालावर ओठ ठेवत होती.

"मला खरं चुंबन कधी देणार?" मी विचारलं.

"बघू," ती म्हणाली, "आता कुठं सुरुवात झालीय."

मी तिला जवळ ओढलं. आतापासूनच तिला जपावंसं मला वाटू लागलं. तिच्या लहान चणीमुळे असेल किंवा तिच्या वागण्यातला गोडव्यामुळे असेल. पण वाटलं हे खरं.

पबमध्ये पोचल्यावर मी मायरीडसाठी एक बिअर मागवली आणि माझ्यासाठी गिनेस.

'तू गिनेस घेतोस हे मला ठाऊक नव्हतं. ' ती म्हणाली.

"आता कळलं ना?"

"तू ब्रिटिश असलास तरी काही बाबतीत आयरिश वाटतोस."

मात्र नंतर आमच्या बोलण्यानं गंभीर वळण घेतलं. आमच्या भेटीगाठी चालू राहतील की नाही ह्याबद्दल ती साशंक वाटली.

"हे पाहा," ती म्हणाली, "मी कॅथलिक आहे, हे एव्हाना तुला कळलं असलेच. माझे वडीलही कट्टर रिपब्लिकन आहेत. पण त्यांचा आयआरएशी काही संबंध नाही. कारण दहशतवाद आणि हिंसा ह्यावर त्यांचा किंवा माझा विश्वास नाही."

मी काहीच बोललो नाही.

"तू इंग्लिश आहेस. आपल्या भेटींबद्दल मी माझ्या घरी किंवा मैत्रिणींना काही सांगू शकणार नाही. मी तुला दोष देत नाही. पण इंग्रजांवर आमचा मुळीच विश्वास नाही. ते कॅथलिकांच्या विरोधात आहेत आणि ब्रिटिश सैन्य इथे फक्त प्रोटेस्टंट लोकांच्या रक्षणासाठी आलंय. त्यांना उत्तर आणि दक्षिण आयर्लंड एकत्र यायला नको आहेत."

ती क्षणभर थांबली.

"बरं मग?" मी विचारलं.

ती माझी नजर चुकवत म्हणाली, "आपण एकमेकांच्याविरुद्ध बाजूचे आहोत. तू ब्रिटिश, मी आयरिश. तुम्ही लोकांनी ३०० वर्षांपूर्वी आयर्लंडवर ताबा मिळवला. अजूनही तुमचंच राज्य आहे. सैन्याची दडपशाही चालूच आहे. निरपराध आयरीश लोकांच्या पुन्हा हत्या सुरू झाल्या आहेत. तू काही सैन्यात नाहीस. पण तरी परदेशीच. एक गोष्ट स्पष्ट सांगते. ब्रिटिश लोक आणि ब्रिटिश सैन्य यांनी आयर्लंडमधून चालतं व्हावं असं आम्हाला वाटतं."

ती चांगलीच पोटतिडकीनं बोलत होती. आणि आमची अजून धड ओळखही झाली नव्हती. मी विचारात पडलो.

"मला भेटावंसं वाटत नाही?" मी विषय बदलण्याचा प्रयत्न केला. एका सुंदर मुलीला भेटून आयर्लंडच्या राजकारणावर चर्चा करण्यात मला मुळीच रस नव्हता.

"भेटावंसं वाटतं रे," ती म्हणाली, "आणि तू तर मला आवडावा असाच पुरुष आहेस."

"मलाही तू खूप आवडतेस." मी म्हणालो.

मायरीड अचानक झेपावली. तिनं माझ्या छातीवर डोकं ठेवलं आणि ओक्साबोक्शी रडू लागली. तिचं सर्वांग कापत होतं. तिच्या भावना आणि राजकीय निष्ठा यांच्या द्वंद्वात ती अगतिक झाल्याचं जाणवत होतं. मी तिचा चेहरा वर उचलण्याचा प्रयत्न केला. पण तिनं मला तसं करू दिलं नाही. बहुतेक तिला तिचे अश्रू दिसू द्यायचे नव्हते.

काही वेळानं ती शांत झाली. पर्समधून रुमाल काढून तिनं डोळे पुसले.

"एक व्होडका घेणार?" मी विचारलं. घोटभर कडक मद्य घेऊन तिला बरं वाटेल असं मला वाटलं.

"चालेल." ती म्हणाली. 'पण मला व्होडका आवडते हे तुला कसं कळलं?"

"तू त्यातलीच वाटतेस." मी हसून म्हणालो.

अखेर ती मान वर करून हसली. पण भावनांच्या कल्लोळामुळे ती गलितगात्र झाली होती. मी तिच्यासाठी व्होडका आणि माझ्यासाठी गिनेस मागवली. मी तिच्याकडे पाहिलं. ती माझ्याकडे पाहून कसंनुसं हसली आणि माझी मलाच प्रचंड घृणा वाटू लागली.

मी १८ वर्षांचा असतानाच पॅराशूट रेजिमेंटमध्ये भरती झालो होतो. ह्याआधी माझी उत्तर आयर्लंडमध्ये तीन वेळा नेमणूक झाली होती. माझे 'पॅराज'मधले सहकारी कॅथलिक, रिपब्लिकन आणि आयआरए ह्यांचे कट्टर विरोधक होते. ते

नेहमीच ह्या सर्वांबद्दल तुच्छतेने बोलत असत. उत्तर आयर्लंडमधलं कॅथलिकांचं बंड कधी एकदा मोडून काढू असं त्यांना झालं होतं. त्यानंतरच खरी शिपाईगिरी करता येईल असं त्यांना वाटायचं.

पण आता मायरीडचं काय करावं हा मला प्रश्न पडला. मी तिच्याशी धादांत खोटं बोलत होतो. पण तरी तिला जपण्याची गरज आहे असं मला वाटत होतं. इतर कुणाही मुलीबद्दल न वाटलेला ओलावा मला तिच्याबद्दल वाटू लागला. आणि तिच्याबद्दल वाटणारं आकर्षण तर नाकारण्यात अर्थच नव्हता.

''तुझी अडचण खरी आहे.'' मी म्हणालो, ''आपल्या भेटी चालू राहाव्यात असं तुला वाटत असेल तर मला आनंदच आहे. आपण तुझं घर आणि ऑफिस ह्यापासून लांब कुठेतरी भेटत जाऊ. म्हणजे तू एका इंग्रजाबरोबर हिंडते आहेस हे कुणाला कळणार नाही.''

''तसं जमेल?'' अजून तिची खात्री पटत नव्हती.

''का नाही?'' मी म्हणालो, ''आत्ताचंच बघ. आपण कोण आहोत, कुठून आलो आहोत हे इथे कुणालाच माहीत नाही. तुला तर अवघडल्यासारखं होत नाही ना?''

''मुळीच नाही.'' ती हसून म्हणाली. ''मला आजपर्यंत कुणाच्याही सहवासात एवढा आनंद झाला नाही.'' तिनं पुन्हा माझं चुंबन घेतलं. त्याक्षणी माझा पक्का निर्णय झाला. तिला विसरून जाणं आता शक्य नव्हतं. आता सहवासाचा पुरेपूर आनंद घेणं हाच विचार होता. पण बेलफास्टपासून लांब कुठेतरी.

गाडीत बसताक्षणी तिनं मला घट्ट मिठी मारली. आणि माझ्या सर्वांगावर चुंबनांचा वर्षाव केला. तिचा आवेग विलक्षण होता. ती प्रेमाची भुकेली असल्याचं जाणवत होतं.

''आपण एखाद्या शांत ठिकाणी जाऊ.'' मी सुचवलं.

''कल्पना छान आहे.'' ती म्हणाली.

त्याच रस्त्यावर थोडं अंतर गेल्यावर आम्हाला हवी तशी जागा सापडली. रस्त्यावर अंधार होता. बाजूला एका शेताचं कुंपण आणि फाटक दिसत होतं. मी गाडी एका झाडाखाली उभी केली. पुढचा अर्धा तास आम्हाला जगाचा विसर पडला. मी आधी भानावर आलो. मायरीडला घरी जायला उशीर होऊन चालण्यासारखं नव्हतं. मी तिला घराच्या थोडं अलीकडे सोडून कॅम्पमध्ये परतलो. तो हवेत तरंगतच. पुढच्या आठवड्यात भेटायचं आम्ही ठरवलं होतं. आठवडा कधी संपतो असं मला झालं.

पण पुढचे काही आठवडे भेटणं नशिबात नव्हतं. माझी प्रशिक्षणासाठी इंग्लंडमध्ये नेमणूक झाली. मी मायरीडला फोन करून सांगितलं की मला स्कॉटलंडमध्ये

एका तेल विहिरीवर काम मिळालंय आणि भरपूर पैसे मिळणार आहेत. तिला काही शंका न आल्याचं पाहून मला हायसं वाटलं.

पण मी कबूल केल्याप्रमाणे तिला दर आठवड्याला फोन करत होतो. पण तिच्या इंग्लिश माणसाच्या भेटीबद्दल घरी कळेल म्हणून ती धास्तावली होती. त्यामुळे आमचं संभाषण थोडक्यात आवरतं घ्यावं लागे.

दोन महिन्यांनी मी पुन्हा उत्तर आयर्लंडमध्ये आलो. बेलफास्टपासून सात मैलावर असलेल्या होलीवूड भागात माझी नेमणूक झाली. पण मी परतल्याचं मायरीडला सांगायची मी घाई केली नाही. कारण मला त्या परिसराची माहिती करून घ्यायची होती. आतापर्यंत मी आमच्या होस्टेलवर राहात होतो. होलीवूडमध्ये फारशी गडबड असल्याचं जाणवलं नाही. तिथे मुख्यत: न्यायाधीश, वकील आणि सनदी नोकरांचेच मोठे बंगले होते. बाकी मध्यमवर्गीय वस्ती होती. त्यांना हिंसाचाराची विशेष झळ लागली नव्हती.

माझी कोणत्या भागात गस्तीवर नेमणूक होणार हेही मला ठाऊक नव्हतं. फॉल्स भागातल्या कॅथलिक बालेकिल्ल्यात जर जावं लागलं तर मायरीडची भेट होण्याचा धोका होता. मला ती नेहमीच साध्या वेषात पाहात आली होती. पण पॅराजच्या गणवेषात ओळखेल की नाही हे सांगता येत नव्हतं. जर मी सैनिक असल्याचं तिला समजलं असतं तर आमचे संबंध संपल्यातच जमा होते. आणि ते मला मुळीच होऊ द्यायचं नव्हतं.

होलीवूड रेल्वे स्टेशनजवळ दुसऱ्या महायुद्धाच्या वेळचं एक युद्धस्मारक होतं. तिथे आम्ही भेटायचं ठरवलं. मी माझ्या एका सहकाऱ्याची गाडी मिळवली आणि त्या ठिकाणी ठरलेल्या वेळेच्या आधी पोचलो. त्यापूर्वी खबरदारी म्हणून मी गाडीतून एकदोन चकरा मारल्या. पण तो भाग निर्मनुष्य होता. मी अशा ठिकाणी थांबलो की जिथून मला ती दिसली असती, पण मी मात्र सहजासहजी कुणाला दिसलो नसतो.

मी ट्रेन आलेली पाहिली. काही मिनिटांतच मायरीड बाहेर आली. तिच्या अंगात स्कर्ट आणि पांढरा शर्ट होता. हातात जॅकेट होतं. तिचं सौष्ठव जास्तच खुलून दिसत होतं. माझ्या तोंडाला कोरड पडली. केव्हा एकदा आमचे संबंध पूर्णत्वाला जातील असं मला झालं. मी गाडीतून उतरून कोपऱ्यापर्यंत गेलो. आजूबाजूला कोणीच नव्हतं. मी हळूच शीळ घालून तिचं लक्ष वेधून घेतलं. तिनं थोडं चमकून माझ्याकडे पाहिलं. मग खुष होऊन जवळ जवळ धावतच माझ्याकडे आली. आम्ही कोपऱ्यावरच्या घराच्या सावलीत भेटलो आणि जुने प्रेमिक असल्यासारखं दीर्घ चुंबन घेतलं. मी तिला घट्ट मिठीत घेतलं. तिची धडधड वाढल्याचं जाणवल्यावर मीही सुखावलो.

जरा बाजूला झाल्यावर मायरीड म्हणाली, "कसा आहेस? मला खूप आठवण येत होती तुझी. चांगलाच व्यायाम केलेला दिसतोस. मसल्स जास्तच पीळदार झालेत."

'हो. दिवसभर तेल विहिरींवर मेहनत करावी लागायची." मी हसून म्हणालो.

"आता कुठे जायचं?" ती उत्तेजित होऊन म्हणाली.

'कुठेही," मी म्हणालो, "पण आधी एक ड्रिंक घेऊया?"

गाडीकडे जाताना तिनं माझ्या दंडाला घट्ट विळखा घातला होता. माझ्या दंडावर चुंबनांचा वर्षाव करत, चित्कारत होती. कधी माझ्या बाहूत येते असं तिला झालं होतं. आम्ही त्या रात्री पबमध्ये पोचलोच नाही. वाटेत आम्ही एकमेकांच्या मांडीवरून हात फिरवत होतो. आता समागमाची घडी आल्याचं मला जाणवलं. मी गाडी एका निर्जन ठिकाणी उभी केली. आम्ही दोघंही मागच्या सीटवर आलो. भावना अनावर झाल्या होत्या. आता मायरीड जवळजवळ विवस्त्र झाली होती.

"ए, जपून हं." ती म्हणाली. 'काळजी घेशील ना?"

"नक्की." मी मनापासून म्हणालो.

ती बेभान झाली. माझा चेहरा, मान, छाती, पोट - सर्वांगावर तिने चुंबनांचा वर्षाव केला. माझ्या छातीवर ओरखडे काढले. अखेर तो क्षण आला. आम्ही एकरूप झालो. पण ही तर सुरुवात होती. पुढचे दोन तास त्या गाडीत आमची रतिक्रीडा बेबंदपणे सुरू होती. मायरीडला सेक्सचा फारसा अनुभव असल्याचं जाणवलं नाही. पण तिचा आवेग थक्क करणारा होता.

"आता तुला खरंच ड्रिंकची गरज आहे." मी म्हणालो.

"माझ्यापेक्षा तुला जास्त." ती हसून म्हणाली.

आम्ही कपडे आणि केस नीटनीटके केले आणि जवळच्याच 'कल्ट्रा आर्म्स' नावाचा पब गाठला. मी आधी बिअरच्या दोन बाटल्या रिचवल्या आणि सँडविच खाल्लं. मायरीड तिची बिअर शांतपणे घेत होती.

"सेक्सनंतर तुला अशीच तहान लागते का?" ती माझ्या कानात कुजबुजली.

"निदान तुझ्याबरोबर तरी." मी चेष्टेनं म्हणालो, 'तू तर थांबायला तयारच नव्हतीस."

"काहीतरी बोलू नकोस." ती संकोचून म्हणाली, "मी एक चांगली कॅथलिक मुलगी आहे. आपण फक्त थोडी मजा केली एवढंच."

"ही थोडी मजा?" मी उडालोच. "मग जास्त मजेची तुझी कल्पना काय असेल कुणास ठाऊक?"

"ए गप. तू मला लाजवतोयस." ती म्हणाली.

"खरंच? पाहू बरं,' असं म्हणून मी तिच्या ब्लाऊजला हात घातला.

"जीझस्, आपण कुठे आहोत ह्याचं भान आहे का तुला?" असं म्हणून तिनं माझ्या हातावर चापट मारली. मग माझ्या हाताचा मुका घेऊन म्हणाली, "खूप छान वाटलं. प्रत्येक मुलीला असाच पुरुष हवासा वाटतो."

आता लाजायची पाळी माझी होती. पण ती खरंच मनापासून बोलली होती. मी तिला जवळ घेऊन तिचं चुंबन घेतलं.

मग मी तिला होलीवूड स्टेशनजवळ सोडलं. पण पुढच्या आठवड्यात भेटायचं ठरवूनच. मी ट्रेन येईपर्यंत थांबलो नाही. मी मनापासून खुष झालो होतो. पण तरीही मायरीड मला खूप प्रगल्भ वाटली. उत्तर आयर्लंडमधल्या एका इंग्रजाशी मैत्री तिला गुप्त ठेवायची होती.

शरीरसुख हा आमच्या संबंधातला महत्त्वाचा भाग होता. पण त्यातला धोका आणि विरोधाभास मला जाणवू लागला. राजकीय आणि सामाजिक दृष्टीनं आम्ही दोन ध्रुवांवर होतो. राष्ट्रवादी चळवळीबद्दल तिला सहानुभूती होती. आम्ही दोघंही ढोंग करत असलो तरी एकमेकांबद्दल वाटणारी ओढ खरी होती.

तिच्या राजकीय निष्ठा एवढ्या तीव्र असण्याचं कारणही मला ठाऊक होतं. कॅथलिकांच्या मनात असंतोष खदखदत होता. इंग्लिश राज्यकर्त्यांनी आपल्यावर शतकानुशतकं अन्याय केल्याची त्यांची भावना होती. आणि ब्रिटिश सरकारनं कायद्याची अंमलबजावणी करण्यासाठी कडवं ब्रिटिश लष्कर तैनात केलं होतं.

त्याच सुमाराला मला माझा डेरेक नावाचा मित्र बऱ्याच दिवसांनी भेटला. पूर्वी फुटबॉल खेळताना आमची ओळख झाली होती. तो माझ्याच वयाचा होता. अधूनमधून आम्ही मॅच संपल्यावर बरोबर बिअर घेत गप्पा मारत असू. तो आरयूसीत खबऱ्या हवालदार होता. एकदा गप्पांच्या ओघात तो म्हणाला की त्यानं शहरापासून लांब एक झोपडीवजा घर घेतलंय. तो जरी आईवडिलांबरोबर राहात असला तरी वीकएंडला त्या कॉटेजमध्ये जाऊन राहत असे. मलाही ते कॉटेज कधीतरी वापरायला मिळालं तर मजा आली असती.

पुढच्याच आठवड्यात मी ते कॉटेज पाहून आलो. ते एक, एक मजली दगडात बांधलेलं झोपडीवजा घर होतं. शंभरएक वर्ष जुनं असल्यामुळे ते चांगलंच मोडकळीला आलं होतं. नावापुरती बाथरूम होती. बाकी सगळा आनंदच होता. गळके नळ, मोडका इलेक्ट्रिक कुकर आणि कामचलाऊ गीझर. खिडक्यांना जुन्या चादरीचे पडदे होते. हॉल लहानच होता. तिथे एक शेकोटी होती. भिंतीवर काळपट डाग होते. पण ह्यातल्या कशाचीच मला पर्वा नव्हती. माझ्या दृष्टीनं महत्त्वाची गोष्ट म्हणजे तिथे दोन बेडरूम्स होत्या आणि दोन्ही ठिकाणी डबलबेड होता.

'झकास.' असं म्हणून मी पुन्हा एक नजर टाकली.

त्यात झकास काहीच नव्हतं. पण आमच्या गुप्त भेटींसाठी मात्र ती आदर्श

जागा होती. मी छताकडे नजर टाकली. पावसाळ्यात ते किती गळत असेल हे कळायला मार्ग नव्हता. पण मला चांगल्याच गोष्टींचा विचार करायचा होता. आमचं बहरलेलं प्रेमप्रकरण चालू ठेवायचं होतं.

"तुझ्या मनात काय आहे ते कळलं मला." डेरेक हसून म्हणाला, "मी नसताना तुला हे घर वापरायचं असेल तर माझी हरकत नाही. पण हे काही हिल्टन हॉटेल नाही. उगीच उच्चभ्रू बायकांना इथे आणलंस तर त्या क्षणभरही थांबणार नाहीत."

"खरंच मला वापरता येईल?" मी विचारलं.

"नक्की." तो म्हणाला, "बाजूच्या पडवीत किल्ली असते. म्हणजे तुझा तू येऊ शकशील. फक्त आधी मला कळव म्हणजे झालं. बाकी गीझर, कुकर वगैरे जपून वापर."

"मी इथे एक फ्रिज आणून बसवतो." मी म्हणालो.

"गुड लक." डेरेक म्हणाला, "फक्त येण्याआधी कळव."

दोनच दिवसांनी मी मायरीडला फोन केला.

"मी तुला एक सरप्राईज देणार आहे." मी म्हणालो, "पण आधी सांगणार नाही. तिथे गेल्यावरच आवडलं की नाही ते सांग."

काही दिवसांनीच मी मायरीडला घ्यायला होलीवूड स्टेशनवर गेलो. तिथून ते कॉटेज काही मैलांवर होतं. शेवटचे तीन मैल तर कच्चा रस्ताच होता.

"कसं वाटलं?" मी विचारलं.

"काय कसं वाटलं?" ती म्हणाली.

"कॉटेज."

"काय? हे पडकं घर?"

"आधी बघ तर खरं."

"हे तुझंच आहे की भाड्यानं घेतलंयस्?" तिनं विचारलं. मात्र आता तीही उत्तेजित झाली होती. आम्ही लोखंडी फाटकातून आत गेलो. मी तिला उचलूनच आत नेलं. ती आनंदानं हसत होती.

"जरा विचित्रच आहे." ती म्हणाली.

"नाही. छान आहे. मुख्य म्हणजे गरम पाणी आणि बेड आहे."

"हं. तुला तेवढंच दिसणार." असं म्हणून तिनं माझ्या दंडावर ठोसा मारला.

डेरेकनं सांगितलेल्या ठिकाणी किल्ली होती. पण तिनं कुलूप उघडेना. शेवटी मी दाराला एक जोरदार धक्का दिला आणि ते धाडकन उघडलं. जवळजवळ मोडूनच पडलं पण एका बिजागरीवर कसंतरी उभं राहिलं.

"छे! मी काय करून ठेवलं बघ." मी म्हणालो.

“तुला तुझ्या शक्तीची कल्पना नाही.” मायरीड हसून म्हणाली.

“हे जरा कोंदटच आहे रे.” ती आत आल्यावर म्हणाली.

“कित्येक वर्षात इथे कुणी राहिलेलं दिसत नाही.”

“पण तुला कसं वाटलं?” मी विचारलं.

“काही खास नाही.” ती म्हणाली, “पण एक सांग, इथे आपण दोघंच असू ना?”

“हो. फक्त आपणच.”

“ठीक आहे.” ती म्हणाली, “मी काहीतरी करीन. पण मला तुझी मदत लागेल.”

“तू म्हणशील ती.” आता मलाही तिच्या उत्साहाची लागण झाली होती. ‘आपण नवीन चादरी घेऊ, रंगरंगोटी करू.’

मी बाहेरच्या पडवीत आलो. तिथे मला एक हातोडा आणि काही खिळे सापडले. मी कसंबसं ते दार दुरुस्त केलं.

आजूबाजूच्या शेतात पिकं दिसत नव्हती पण पडवीत एक गवताची भलीमोठी गंजी होती.

“ए, जरा बाहेर ये, ही पडवी बघ.” मी म्हणालो. ती पडवी वापरात असल्याचं दिसत होतं. पण एवढं गवत कुठून आलं ते कळत नव्हतं. जवळपास शेतंही दिसत नव्हती.

मायरीड आल्याबरोबर मी तिला उचलून त्या गवताच्या गंजीकडे धावलो.

“ए, काय करतोयस्?” ती लटक्या रागानं किंचाळली. “ठेव मला खाली.”

मी स्वत:सकट तिला त्या गंजीत झोकून दिलं आणि तिच्या अंगावर झेपावलो. ती एकीकडे हसत खोटी धडपड करू लागली. मी तिचे हात घट्ट धरले आणि तिचं चुंबन घेतलं.

‘दुष्ट माणसा.....’

काही मिनिटांतच ती विवस्त्र झाली होती. पुन्हा भान हरपून धुंद प्रणय सुरू झाला. तो क्षण कधी आला ते कळलंच नाही. पण थोड्या वेळानं त्याचीच पुनरावृत्ती झाली. मायरीड थांबायचं नाव घेईना.

रात्र कधी झाली ते आम्हाला कळलंच नाही.

रात्री उशीरा मी तिला स्टेशनवर सोडलं. हे असं किती दिवस चालणार हे कळत नव्हतं. मी खोटं वागत होतो. पण खरं सांगणंही शक्य नव्हतं.

चार

पुढचे कित्येक महिने आम्ही आठवड्यातली एकतरी संध्याकाळ तिथे काढत असू. आम्ही उत्साहानं त्या कॉटेजला रंगरूप दिलं. जुने का होईना, पण गालिचे अंथरले. भिंती रंगवल्या. एक जुना सोफा आणून हॉलमध्ये ठेवला. त्या सोफ्यावरच आम्ही अनेक रात्री एकमेकांच्या मिठीत काढल्या.

ते खरोखर मंतरलेले दिवस होते. मी आयुष्याचा मनापासून आनंद घेत होतो. माझं मद्यपानही आटोक्यात आलं होतं. मायरीड तर झपाट्यानं प्रगल्भ होत होती. क्वचित प्रसंगी ती रात्रभर तिथे राहू शकायची. अशा वेळेला ती साफसफाई, स्वयंपाक वगैरे कामं एखाद्या गृहिणीच्या उत्साहानं करत असे.

तिचं काम आणि तिथली माणसं ह्याबद्दल मात्र ती अवाक्षर काढत नसे. मी विचारलंच तर 'जाऊ दे तो विषय कंटाळवाणा आहे' एवढंच म्हणायची.

अर्थात माझंही धोरण तेच होतं. कधीतरी मी माझ्या वेल्डिंगच्या कामाचे किंवा एखाद्या काल्पनिक मित्राचे किस्से रचून सांगत असे. पण आम्हा दोघांच्याही दृष्टीनं ते महत्त्वाचं नव्हतंच. एकमेकांच्या सहवासाचा मनमुराद आनंद लुटणं हाच मुख्य उद्देश होता.

उन्हाळ्याच्या दिवसात आम्ही बराच काळ बाहेरच्या पडवीत जवळच्या तळ्याकाठी किंवा गवतात घालवायचो. निसर्गाच्या सान्निध्यातला तो एकांतही आम्हाला खूप आवडायचा. एकमेकांच्या बाहुपाशात आम्ही बेलफास्टचं वास्तव नाकारायचो. आमच्या गप्पा, खेळ यांचा शेवट सहसा शरीरमीलनात व्हायचा. सेक्सच्या

बाबतीत मायरीड दिवसेंदिवस जास्तच आक्रमक होत चालली होती. मी रोमँटिक नाही असा माझ्यावर नेहमी आरोप व्हायचा. पण मायरीडनं माझ्या स्वभावाचा हा पैलूही खुलवला. अनेकवेळा शरीर सुखाच्या खुणा अंगावर बाळगतच आम्ही घरी जात असू. त्या लपवण्याची काळजी अर्थातच घ्यावी लागायची.

हिवाळ्यात मात्र आम्ही आतच शेकोटीसमोर वाईन घेत पत्ते खेळत बसायचो. अर्थात त्या डावाचा शेवट कसा व्हायचा हे सांगणे नलगे.

पण मायरीडचं आयुष्य म्हणजे फक्त मजाच नव्हती. कधीकधी वयाच्या मानानं ती खूप गंभीर व्हायची.

अनेकदा ब्रिटिश लष्कर, आरयूसी आणि अल्स्टरचे निष्ठावंत ह्यांच्याकडून कॅथलिकांना खूपच उपद्रव व्हायचा आणि त्यातले कोणी जर मायरीडचे मित्र, नातेवाईक असले की ती खूपच संतापून बोलायची.

१९७० च्या दशकात अनेक राजकारण्यांच्या मते अल्स्टर यादवी युद्धाच्या उंबरठ्यावर येऊन ठेपलं होतं. बेलफास्ट आणि डेरीमध्ये कॅथलिक अल्पसंख्यांकांवरचे शाब्दिक आणि शारीरिक हल्ले वाढतच होते. रिपब्लिकन बंडखोर आणि सुरक्षा दलांच्या चकमकी चालूच होत्या. रिपब्लिकन अनेकवेळा गाड्या, लॉरीज पळवून आणून त्यांना आगी लावत आणि त्यांच्या आडोशानं लष्कराशी झुंजत. एकीकडे लष्कराचे रस्त्यावर नियंत्रण ठेवण्याचे आटोकाट प्रयत्न सुरूच होते. ह्या संघर्षात शेकडो लोकांचे बळी गेले. बंडखोरांच्या हल्याचा सर्व रोख सुरक्षा दलांवर विशेषत: आमच्या पॅराशूट रेजिमेंटवर असे. 'ब्लडी संडे' नंतर पॅराजना क्षमा नव्हती. लहान मुलंदेखील मिळेल त्या शस्त्रांनिशी पॅराजवर हल्ले करत. दगड, बाटल्या, गावठी बाँब आणि गोळीबारही.

कधीकधी गप्पांच्या ओघात मायरीड हा विषय काढायची. एकदा ती म्हणाली, "काल रात्री पॅराजनी काही लहान मुलांना मारहाण केली. कारण काय तर ती मुलं दगडफेक करत होती. सैनिकांनी त्यांना हुसकावून लावलं. बंदुकीच्या दस्त्यानं डोकी फोडायची धमकी दिली.

'एकदा मी दोन सैनिकांनी एका १०-१२ वर्षाच्या मुलाला पकडलेलं पाहिलं. त्यांनी त्याच्या ५-६ मुस्काटीत भडकावल्या आणि त्यानं उलट उत्तर दिल्यावर त्याला भिंतीशी दाबून त्याच्या पोटात ठोसे लगावले. एकानं त्याच्या गुप्तांगावर गुडघा मारला. तो पोरगा कळवळून खाली पडला. मी तिथे जाऊन त्या सैनिकांशी भांडले. त्यांनी मला तिथून निघून जायला सांगितलं. पण त्या मुलालाही सोडून दिलं,

एकदा मायरीडनं तिच्या शेजारच्या घराची सैन्यानं कशी नासधूस केली ते सांगितलं. तीन-चार लष्करी वाहनं आली आणि कोणतेही प्रश्न न विचारता त्यांनी

त्या घराला वेढलं. पुढचं दार तोडून ते आरडाओरडा करत आत घुसले. घरातल्या माणसांना धमकावायला सुरुवात केली. झडती घेण्याच्या निमित्तानं त्यांनी तासभर धुडगूस घातला. प्रत्येक कपाट धुंडाळलं. गालिचे फाडले. छताचं नुकसान केलं. त्यांना शेवटपर्यंत काही सापडलं नाही. पण त्या घरात शस्त्र लपविल्याचा त्यांचा संशय होता.

घरातल्या बायकांनी ओरडा केला तेव्हा नुकसान भरपाईसाठी अर्ज करा असं सांगून निघून गेले.

त्या रात्री मायरीड शांत व्हायलाच तयार नव्हती. तिच्या आवाजाची पट्टी वाढतच होती. भावनांवर नियंत्रण ठेवणं तिला कठीण झालं होतं. ''अर्ज करून काही उपयोग होणार नाही हे त्या बाईला पक्कं ठाऊक होतं, ती म्हणाली, 'तक्रार अर्ज, रिपोर्ट, तपासण्या, हरकती ह्यातच कित्येक महिने गेले असते. पण असं व्हायला नको होतं आणि हे सगळं कशासाठी? एकच कारण स्कॉट, ती रिपब्लिकन वस्तीत राहणारी कॅथलिक आहे म्हणून.'

ती खरंच कष्टी झाली होती. ''हरामखोर लेकाचे. त्यांनी बिचारीच्या घराची वाट लावली. तिच्याबरोबर एक म्हातारी आणि तीन मुलं राहतात. कितीही गयावया केल्या तरी ते झडती थांबवायला तयार नव्हते. आता कळलं आम्ही कॅथलिक्स सैन्याचा एवढा द्वेष का करतो ते?''

''तुझं बरोबर आहे,'' मी म्हणालो, ''पण असं पाहा. सगळेच सैनिक असं वागत नाहीत. प्रत्येक क्षेत्रात बरीवाईट माणसं असतातच. हो ना?''

''पण तरीही असं व्हायला नको.''

अशाच आणखी एका रात्री मी तिला कॉटेजपासून जवळच असलेल्या मरीनो स्टेशनवर घ्यायला गेलो. ती रागानं धुमसत होती. गाडीत बसल्यावर तिनं कसंबसं माझं चुंबन घेतलं आणि पुन्हा घुंगट घालून बसली.

''काय झालं?'' मी विचारलं.

''मला एक ड्रिंक हवंय.'' ती म्हणाली.

''जरूर.'' मी गाडी सुरू केली. वाटेत मी हळूच तिच्याकडे बघत होतो. ती रागानं गुडघ्यांवर मुठी आपटत होती. मी शांत राहायचं ठरवलं.

''माझ्यासाठी एक व्होडका सांग.'' पबमध्ये गेल्यावर ती म्हणाली.

मी तिच्यासाठी व्होडका आणि माझ्यासाठी गिनेस मागवली.

माझी गिनेस यायच्या आत तिनं एका दमात ग्लास रिकामा केला.

''आता एक बाटली बिअर मागव.'' ती म्हणाली.

''तुला पूर्ण बाटली बिअर घेताना मी पाहिलं नाही.''

“आज पाहशील.”

बिअरची बाटलीही तिनं क्षणार्धात फस्त केली आणि पालथ्या हातानं तोंड पुसलं “आता बरं वाटलं.” ती म्हणाली.

“आता तरी सांगशील का, काय झालं ते?” मी शांतपणे विचारलं.

“काल त्यांनी अनेक पुरुषांना पकडून नेलं. माझ्या मैत्रिणींचेच वडील, भाऊ. हे सगळं आमच्या घराजवळ घडलं. आरयूसी आणि सैनिक तिथे आले. चकमकी सुरू झाल्या. त्यांनी काहीजणांची डोकी फोडली. चेहऱ्यावर ठोसे लगावले आणि त्यांना अटक केली.’

“कशाला?” मी विचारलं.

“झक मारायला.” ती तडकून म्हणाली. “स्कॉट, मी पाहिलं त्यांना. हल्ल्याचा इशारा देणारी कचरा पेट्यांची आदळआपट सुरू झाली तेव्हा मी आत होते. मी बाहेर येऊन फॉल्सच्या दिशेनं गेले. वाटेत पोलिसांनी अडथळे उभे केले होते. आम्ही दगडफेक सुरू केली. पण त्यांनी जुमानलं नाही. त्यांनी आठनऊ तरुणांना आणि दोनतीन वयस्कर पुरुषांना पकडलं आणि बेडुक उड्या मारायला लावत व्हॅनकडे नेलं. काहीजणांना धड उभंही राहता येत नव्हतं. त्यांना अक्षरश: फरफटत नेलं. त्यांचे चेहरे रक्तानं माखले होते.

“पण त्यांना अटक का केली?” मी विचारलं. काहीतरी सबळ कारण असणार हे मला ठाऊक होतं. मी अशा कारवाया झालेल्या पाहिल्या होत्या. “चौकशीसाठी नेतोय असं ते म्हणाले. पण स्कॉट, त्यांना जनावरापेक्षा वाईट वागवलं रे.” ती म्हणाली.

हे मात्र खरं होतं. कधीकधी आरयूसी आणि पॅराजचे लोक बळाचा वापर करायचे. उद्देश हा की त्यांनी प्रतिकार केला की त्यांची गठडी वळायची आणि बायकामुलांसमोर त्यांना अपमानित करायचं.

आज वाद घालायची माझी मुळीच इच्छा नव्हती. प्रत्येक नाण्याला दोन बाजू असतात. बरेच तरुण खरोखर सैनिकांच्या संयमाची परीक्षा बघायचे. सैन्याची टर उडवणं, त्यांच्या दिशेनं दगड-बाटल्यांचा मारा करणं, त्यांना भडकवण्याचा प्रयत्न करणं हे उद्योग चालूच असायचे. कुणाला इजा होते का ह्याची त्यांना पर्वा नसायची. किंबहुना एखादा सैनिक जखमी झाला की ते आनंदोत्सव साजरा करायचे.

मायरीडचा राग हळूहळू ओसरत होता. मलाही वाईट वाटलं. मात्र तिला वस्तुस्थितीची पूर्ण जाणीव नव्हती. बॉंबस्फोट, सैनिकांवर हल्ले, आगी लावणं, दंगल करणं हे प्रकार चालूच होते. लष्कराला हालचाल करण्याशिवाय पर्याय नव्हता. पुन्हा केव्हातरी, तिचं डोकं शांत असताना हा विषय काढायचं मी ठरवलं.

“तुला काय वाटतं?” तिनं मला जणू आव्हानच दिलं.

"अगदी लाजिरवाणा प्रकार आहे." मी म्हणालो. "लोकांना अटक करणं हे पोलिसांचं काम आहे. सैन्याचा काय संबंध? त्यांनी नि:पक्षपातीपणे काम केलं पाहिजे.'

मी आणखी बिअर घेऊन आलो.

मायरीडला काहीतरी बोलायची इच्छा दिसत होती.

"तुझ्या मनात काहीतरी आहे. चल, बोलून टाक." मी म्हणालो.

"माझ्या मनात एक विचार आहे.' ती म्हणाली, "हा सगळा प्रकार इतका चीड आणणारा आहे की मला ह्यात प्रत्यक्ष भाग घ्यावासा वाटतोय. बरेच लोक आरयूसी आणि सैन्याच्या नावानं खडे फोडतात. पण नुसतीच तोंडपाटीलकी करण्यापेक्षा काहीतरी ठोस काम करण्याची माझी इच्छा आहे. एकदा मी काही सैनिकांना एक कॅथलिक मुलाला बदडून काढताना पाहिलं. मी रात्रभर रडले. मला माझ्याच नाकर्तेपणाची चीड आली.'

"पण तू नक्की काय करणार?"

"माहीत नाही. पण कदाचित आयआरए मध्ये सामील होईन."

तिला असं बोलताना मी ऐकलं नव्हतं. तिचा राग समजण्यासारखा होता. पण दुसऱ्या बाजूकडे ती पूर्ण दुर्लक्ष करत होती. आरआरएने अनेक लोकांचा जीव घेतला होता. पण हे मात्र बोलण्यात अर्थ नव्हता. मी कॅथलिकांच्या विरोधात आहे असा तिने समज करून घेतला असता.

आम्ही पायीच फिरून आलो. कॉटेजमध्ये जाण्यात अर्थ नव्हता. तिच्याही हे लक्षात आलं. मी तिला स्टेशनवर सोडलं.

"थँक्स. मला समजून घेतल्याबद्दल." ती म्हणाली "पण उद्या साडेसातला मला फोन कर तोपर्यंत माझं डोकं ताळ्यावर आलं असेल."

पण मार्च १९७५ मध्ये मला पुन्हा इंग्लंडला जावं लागलं. पॅराजमधल्या कनिष्ठ ऑफिसर्सना प्रशिक्षण देण्याची जबाबदारी माझ्यावर सोपवली गेली. मात्र मी मला जर्मनीत काम मिळाल्याचं आणि भरपूर मोबदला मिळणार असल्याचंही सांगितलं.

"जावं लागणारच असेल तर इलाज नाही.' ती थोडी नाराज होत म्हणाली. अशावेळी मला माझ्या खोटेपणाची शरम वाटायची. मी सैनिक आहे आणि तो देखील पॅराजमधला ह्याचा तिला पत्ता नव्हता. पण आम्ही आमच्या सहवासाचा पुरेपूर आनंद घेत होतो. त्यामुळे संबंध संपवण्याची मला गरज वाटली नाही. लग्नाचा विषय अजून निघालाच नव्हता. भविष्यात काय घडेल ह्याचा अंदाज करणं अशक्य होतं. कदाचित इंग्लंडला येण्यासाठी मी तिचं मन वळवू शकलो असतो.

इंग्लंडहून मी तिला आठवड्यातून एकदोन वेळा फोन करत असे. पण आम्हाला संभाषण लवकर आटोपतं घ्यावं लागे. कारण तिच्या घरच्यांना किंवा मैत्रिणींना तिनं अंधारातच ठेवलं होतं. एक ब्रिटिश सैनिक आणि एक कट्टर रिपब्लिकन- कॅथलिक तरुणी ह्यांचं प्रेमप्रकरण म्हणजे कल्पनेपलीकडची गोष्ट होती. खरंतर आम्ही एकाच माळेचे मणी होतो. खोटं आयुष्य जगणारे, वास्तवापासून दूर पळणारे पण तरीही प्रेमाचा पूर्ण आनंद लुटणारे.

मी जेव्हा १९७५ च्या उन्हाळ्यात पुन्हा बेलफास्टला गेलो, तेव्हा मायरीड आणखी सुंदर दिसत होती. मी तिला स्टेशनवर घ्यायला गेलो तेव्हा तिच्या चेहऱ्यावर तेच प्रसन्न स्मित होतं. मी पुन्हा आजूबाजूला सावधपणे पाहिलं. तिच्यात काही बदल झालाय का ह्याचा मी अंदाज घेत होतो. ती आयआरमध्ये सामील झाली असेल का? तिला आणखी एखादा बॉयफ्रेंड, कदाचित एखादा कॅथलिक तरुण मिळाला असेल का? हे प्रश्न मनात येत होते.

पण भेटताक्षणी तिनं माझं चुंबन घेतलं.

"काय करत होतास? माझी आठवण झाली होती का?"

"अर्थातच." मी म्हणालो, "पण तू इतकी सुंदर दिसते आहेस की तुला एखादा बॉयफ्रेंड आहे की काय अशी मला शंका आली.'

"वेड्यासारखं बोलू नकोस." ती माझा दंड दाबत म्हणाली, "हा तगडा पुरुष हाच माझा एकमेव बॉयफ्रेंड."

"बरं. आज रात्रीचा काय बेत?" मी विचारलं.

"कॉटेजमध्ये जायचं?" ती म्हणाली, "कधी एकदा तुझ्याबरोबर रात्र काढते असं झालंय मला."

त्या रात्री मायरीडचा आवेग थक्क करणारा होता. पुढचे कित्येक तास आम्हाला जगाचा विसर पडला. तिच्या बॉयफ्रेंडबद्दलची माझी शंका कुठल्याकुठे पळाली. इंग्लंडमध्ये मी क्वचित एखाद्या मुलीबरोबर बाहेर जायचो. पण मायरीड ती मायरीड.

"मला तुझी खूप आठवण येत होती. मी तुझ्याशिवाय एन्जॉय करूच शकत नाही.' ती म्हणाली. मग तिनं मला माझ्या 'जर्मन' मैत्रिणींवरून चिडवलं. मला बऱ्याच धट्ट्याकट्ट्या मैत्रिणी मिळाल्या असतील असं गमतीनं म्हणाली. पण मी ठामपणे सांगितलं की मी तिथे फक्त काम आणि कडक जर्मन बिअर पिणं एवढ्याच गोष्टी केल्या.

अखेर त्या रात्री मी तिच्या प्रेमात पडल्याचं मायरीडला सांगितलं.

"मला किती आनंद झालाय म्हणून सांगू?" असं म्हणून तिनं माझ्या ओठांवर ओठ ठेवले.

"तुझं खरंच माझ्यावर प्रेम आहे?" तिनं निरागसपणे विचारलं.

"खरंच."

पुढच्या आठवड्यात भेटल्यावर मायरीड म्हणाली, "स्कॉट, मला तुला काही सांगायचंय."

आम्ही कॉटेजमध्ये एकमेकांच्या मिठीत विसावलो होतो. एकमेकांवरचं प्रेम व्यक्त केल्यामुळे जग खूप सुंदर भासत होतं.

तिला दिवस गेलेत की काय अशी मला शंका आली.

"मग सांग ना." मी उसनं अवसान आणून म्हणालो.

"मी तुला सांगितलं होतं की मी एका विमा कंपनीत काम करते. आठवतंय?"

"हो." मी म्हणालो.

"पण ते खोटं होतं.' ती म्हणाली.

'मग काय बेकार आहेस का?' मी विचारलं.

"नाही. मी नुकतंच शाळेचं शिक्षण संपवलं." ती म्हणाली. मी थक्क झालो "काय?" मी किंचाळलोच.

"हो,' ती अपराधीपणे म्हणाली, "पण त्यानं काय फरक पडतो?"

"तुझं वय काय?' ते १६ वर्षांपेक्षा कमी नसावं अशी मी मनोमन प्रार्थना करत होतो.

"ह्या मार्चमध्ये मी १८ वर्षांची झाले." ती म्हणाली. "नुकतीच मी ए लेव्हलची परीक्षा दिली. ऑगस्टमध्ये रिझल्ट लागेल.'

ही बातमी कशी घ्यावी हेच मला कळेना. मी नुसती मान हलवली. आता सगळा उलगडा झाला होता. ती इतकी गुप्तता का पाळत होती ते कळलं. पण मला चांगलाच धक्का बसला होता.

"म्हणजे माझ्या आधी दुसऱ्या पुरुषाशी तुझा संबंध आला नव्हता?" मी विचारलं.

"नाही." ती म्हणाली "तुला कळलं नाही?"

"सांगता येत नाही." मला दुसरं काही उत्तर सुचेना.

"पण तू म्हणाला होतास माझं सगळं अगदी उत्स्फूर्त आहे म्हणून."

आता मात्र मी हसत सुटलो. एकाचवेळी तिच्या स्वभावाचे दोन्ही पैलू दिसले होते. एकीकडे प्रगल्भ आणि समजूतदार तर दुसरीकडे भाबडी आणि अल्लड. मला तिच्याबद्दल जास्तच प्रेम वाटू लागलं.

"ए मला भेटायचं बंद करणार नाहीस ना?" तिनं काळजीनं विचारलं.

मी तिला घट्ट मिठी मारली. 'हे माझं उत्तर."

"मग ठीक आहे.' असं म्हणून तिनं माझ्या छातीवर ओरखाडलं आणि पटकन

दूर सरकली.

काही आठवड्यांनी मायरीडनं मला सांगितलं की तिची कॉलेजमध्ये जायची इच्छा होती. पण तिच्या आईवडिलांचं मत होतं की तिनं आधी नोकरी करावी आणि सरकारी भत्ता मिळाल्यावर युनिव्हर्सिटीत नाव घालावं. काहीसं नाराजीनं तिला आईवडिलांचं ऐकावं लागलं. योगायोगानं तिला एका विमा कंपनीतच नोकरी मिळाली.

नंतर ती माझ्यासाठी लहानसहान प्रेझेंटस् आणू लागली. "पूर्वी माझे स्वत:चे पैसे नसल्यामुळे आणू शकत नव्हते." ती म्हणाली. मला भरून आलं. टी-शर्ट, जीन्स, कंगवा, माझ्या प्रवासासाठी रजई, आमच्या कॉटेजसाठी टॉवेल्स अशा अनेक गोष्ट तिनं दिल्या. कधीकधी आम्ही ड्रिंक घेतल्यावर ती हट्टानं बिल द्यायची. "स्वत:चे पैसे असल्याचं समाधान वेगळंच असतं ना?" ती एकदा म्हणाली, "पण ते कधीच पुरत नाहीत. त्यातले काही आईला घरखर्चाला दिले की मंगळवारपर्यंत संपून जातात. आणि पगार तर दर शुक्रवारी होतो.'

आमची राजकारणावरही चर्चा व्हायची. आयरिश रिपब्लिकन आर्मी - आयआरए चे अधिकृत आणि हंगामी म्हणजे प्रोव्हिजनल, असे दोन विभाग होते. तिचा आणि तिच्या वडिलांचा अधिकृत विभागाला पाठिंबा होता. पण लवकरच ह्या दोन विभागांत आपसातच खून, मारामाऱ्या होऊ लागल्या. ह्या अंतर्गत कलहामुळे मायरीडच्या वडिलांना त्यात रस वाटेनासा झाला पण मायरीडचं तसं नव्हतं.

चर्चा चालू असताना मला त्यातलं काही माहीत नसल्याची मी बतावणी करायचो. पण प्रत्यक्षात मात्र पॅराजमध्ये आम्हाला त्यांच्या आपसातल्या भांडणांची खडान् खडा माहिती मिळत असे. ह्या सर्व घडामोडींवर बारीक लक्ष होतं. जेरी ॲडम्स आणि रुआरी ओ ब्रॉडिग ह्यांना सशस्त्र लढा चालू ठेवायचा होता. हेच दोघे पुढे प्रोव्हाजचे मुख्य नेते बनले. ह्या लढ्याला त्यांच्या तरुण समर्थकांचा मायरीडसकट पूर्ण पाठिंबा होता. आता मात्र मला काळजी वाटू लागली. खरंच जर तिनं सशस्त्र लढ्यात भाग घेतला असता तर माझी अवस्था बिकट झाली असती. कदाचित तिलाही गजाआड जावं लागलं असतं.

नोव्हेंबर १९७५ मध्ये मला तिने प्रथमच मोर्चात भाग घेतल्याचं सांगितलं. आयआरएमधली अंतर्गत यादवी थांबावी म्हणून सुमारे २०० कॅथलिक महिलांनी हा मोर्चा काढला होता.

मायरीड म्हणाली, 'त्या दिवशी प्रोव्होजनी एका सहा वर्षाच्या मुलीला गोळी घातली. ते एका 'अधिकृत' माणसाच्या शोधात होते. पण तो सापडला नाही तेव्हा त्यांनी ह्या निष्पाप मुलीला ठार केलं. हा खुनापेक्षाही भयंकर गुन्हा होता. मग आम्ही

बायकाच एकत्र आलो आणि हे ताबडतोब थांबलंच पाहिजे असं त्यांना बजावलं.'

पश्चिम बेलफास्टमधले नागरिक ह्या संघर्षाला चांगलेच विटले होते. त्यामुळे आपल्याच लोकांचा पाठिंबा आपण गमावतोय हे दोन्ही बाजूंच्या लक्षात आलं. सगळ्यांनाच– विशेषत: स्त्रियांना- ह्या हिंसेचा उबग आला होता. ब्रिटिश सैन्य आणि आरयूसी मात्र बाजूला राहून मजा पाहत होते. आपसात लढून मरतायत तर मरेनाका असाच त्यांचा दृष्टिकोन होता. त्यामुळे तेही मध्ये पडले नाहीत.

पुढे हा विषय निघाला तेव्हा मायरीड खुशीत होती. 'चला', ती म्हणाली, 'निदान आपसातलं भांडणं तरी मिटलं.'

मी काहीच मत व्यक्त केलं नाही. 'चल ड्रिंक घेऊ.' एवढंच म्हणालो.

पण मायरीड त्या रात्री हवेतच होती. हा संघर्ष थांबवायला तिचा हातभार लागला होता. ह्याचा तिला खूप आनंद झाला होता.

"स्कॉट," ती म्हणाली, "तुझं लक्ष नाही माझ्याकडे. मला हिंसा सहन होत नाही. ती थांबवायला मी मदत केलीय, समजलं?"

मला अर्थातच समजत होतं. पण ह्याचा आमच्या संबंधावर परिणाम व्हायला मला नको होता. ते आपसात लढून एकमेकांचे जीव घेत होते. हे माझ्या दृष्टीनं चांगलंच होतं. ते त्यातच गुंतल्यामुळे सुरक्षा दलं आणि निरपराध लोक ह्यांच्यावरचे हल्ले तरी कमी झाले होते. त्यामुळे त्यांच्यात दिलजमाई होणं ही माझ्या दृष्टीनं वाईट बातमी होती. पण हे मी मायरीडला सांगू धजलो नाही. पण तरी त्या रात्री एकत्र असतानाही माझं मन भरकटत होतं.

पण मायरीड हिंसेबद्दलचा द्वेष मात्र एकांगी होता. आय आर एनं चालवलेल्या हत्याकांडांच्या बातम्यांनी वृत्तपत्रांचे रकानेच्या रकाने भरलेले असत. लंडनच्या हिल्टन हॉटेलवरचा बाँबहल्ला, त्यात मृत्युमुखी पडलेला डॉक्टर आणि लंडनच्याच उच्चभ्रू वस्तीत अशाच हल्ल्यात बळी गेलेले लोक ह्यांच्याबद्दल ती अवाक्षर काढत नसे.

थंडीच्या दिवसांमध्ये आम्ही संध्याकाळी सहाच्या सुमारास भेटत असू. मायरीड मला दिवसा-उजेडी भेटणं टाळायची. पण हिवाळ्यात अंधार लवकर पडत असल्यामुळे हे शक्य होतं. पण तेवढ्यात कॅम्पमध्ये जाऊन कपडे बदलून येण्यात माझी चांगलीच धावपळ व्हायची. कधीतरी आम्ही एखाद्या सिनेमाला जायचो. पण तरीही अंधार व्हायच्या आत बोलणं टाळायचो. सिनेमा संपल्यावर आम्ही वेगवेगळ्या दारातून बाहेर पडायचो. बेलफास्टमधल्या पबमध्येही अचानक भेटल्याचं भासवायचो. सुदैवानं आम्हाला ओळखणारं कुणी एकदाही भेटलं नाही. काही पबमध्ये न जाण्याविषयी आम्हाला सक्त ताकीद होती.

पण तरीही मी नियम मोडण्याचा धोका पत्करत होतो. कारण आम्ही जायचो

त्या बहुतेक पब्जमध्ये सैनिकांना मज्जाव होता. सुदैवानं मी कधीच कट्टर रिपब्लिकनांच्या ताब्यात सापडलो नाही. अर्थात ह्यात फक्त नशिबाचाच भाग नव्हता. कारण त्यातले कोणते पब्ज कट्टर पंथियांचे अड्डे आहेत ह्याची मी सहकाऱ्यांकडे चौकशी करत असे.

मी मायरीडला कधीच पब्जची निवड करू दिली नाही. कारण जर कधी रिपब्लिकन गुंडांच्या तावडीत सापडलो असतो तर माझी यथेच्छ धुलाई झाली असती. अशा घटनांमध्ये काही सैनिकांना प्राणही गमवावे लागले होते. म्हणून मी सदैव सावध असायचो. माझ्या सैनिकी नजरेतून काहीही सुटत नसे.

पण तरीही मायरीडवर माझं प्रेम जडलं होतं. गस्त घालत असताना मी ह्या गोष्टीचा अलिप्तपणे विचार करत असे. मायरीडचा रिपब्लिकन संघर्षाला पाठिंबा होता हे मला पक्कं ठाऊक होतं. आणि अशा मुलीला एका ब्रिटिश सैनिकानं भेटत राहणं हा शुद्ध मूर्खपणा होता. तरीही मायरीडच्या प्रेमाची मला खात्री होती. पुढेमागे ती माझ्याबरोबर इंग्लंडला राहायला येईल आणि आम्ही लग्नही करू शकू अशी आशा वाटत होती. ह्या सगळ्यांत असंख्य अडचणी होत्या. पण 'प्रेमानं सर्वकाही जिंकता येतं' हा भाबडा तारुण्यसुलभ आशावादही होता.

जानेवारी १९७६ च्या एका रात्री मायरीडनं मला ती प्रोव्हिजनल आरआरएची पूर्णवेळ सदस्य झाल्याचं सांगितलं. आणि ह्या गोष्टीची पुसटशी कल्पना असूनदेखील मला प्रचंड धक्का बसला.

पाच

त्या रात्री मायरीडचा निरोप घेताना मला काळजीनं घेरलं होतं. मला कळलेली माहिती आरयूसी लष्करी हेरखातं आणि एमआय-५ ह्यांच्या दृष्टीने अमूल्य होती. जर मी त्यांना मायरीडचं नाव आणि पत्ता सांगितला असता तर त्यांनी नक्कीच तिच्यावर पाळत ठेवली असती.

माझं एका शाळकरी कॅथलिक मुलीत गुंतणं, तिच्याबरोबर सैनिकांना प्रतिबंध असलेल्या ठिकाणी जाणं ह्या गोष्टींकडे आमच्या विभागानं खूप गांभीर्यानं पाहिलं असतं. कदाचित मला निलंबन किंवा पदावनती अशा गोष्टींनाही समोर जावं लागलं असतं आणि माझं एसएएस ह्या गाजलेल्या आणि कडव्या विभागात प्रवेश मिळवण्याचं स्वप्न हवेत विरून गेलं असतं.

आणि शिक्षा म्हणून काहीही झालं तरी हे संबंध सुरू ठेवण्यासाठी माझ्यावर दबाव आला असता. थेट आयआरएच्या सदस्याकडून मिळणारी माहिती म्हणजे हेरखात्याच्या दृष्टीनं दैवी देणगीच ठरली असती. पण मायरीड खरंच त्यात सामील झाली आहे की स्वत:चं महत्त्व वाढवण्यासाठी अतिशयोक्ती करते आहे हे कळेना. कारण अनेक तरुणांना सशस्त्र लढ्यात ओढणारी आयआरए एका शाळकरी मुलीला सदस्य करून घेण्याची शक्यता कमी होती.

पण ह्या सर्व गोष्टींना पुरून उरणारी एक गोष्ट होती, ती म्हणजे आमचं एकमेकांवरचं जिवापाड प्रेम. फॉल्स भागात गस्त घालताना माझी नजर नकळत तिचा शोध घेत असे. रात्री झोपताना आणि सकाळी उठताना तिचीच प्रतिमा नजरे

समोर असायची. आम्ही एकत्र काढलेल्या धुंद रात्रींच्या आठवणी मनातून जात नसत. आता प्रेमानं शरीरसुखावर मात केली होती. पण आमच्यात एक भलीमोठी दरी होती. त्यामुळे प्रेमभंग अटळ होता. आणि मायरीडला अजून माझी खरी ओळख पटलीच नव्हती.

तीन दिवस विचारांचा भुंगा माझा मेंदू पोखरत होता. अखेर मी हे गुपित अधिकाऱ्यांना न सांगण्याचा निर्णय घेतला. मायरीडनं जर प्रत्यक्ष कारवाईत भाग घ्यायचं ठरवलं असतं तर मात्र मला सुरक्षादलांना माहिती देणं भाग होत. पण आता हे संबंध स्वत:हून संपवण्यात अर्थ नव्हता. उलट हे प्रकरण चालू ठेवून मला महत्त्वाची गुप्त माहिती मिळू शकली असती. त्यामुळे आम्ही प्रोव्होजना चांगलाच धडा शिकवू शकणार होतो. तोपर्यंत तरी 'थांबा आणि पाहा' हेच धोरण मला योग्य वाटलं.

पुढच्या आठवड्यात एक विचित्र गोष्ट घडली. मी आमच्या अधिकाऱ्यांना माहिती देण्यापेक्षाही गंभीर!

मी मायरीडला घेऊन नेहमीच वेगवेगळ्या पब्ज आणि बारमध्ये जात असे. कुठल्याही एका ठिकाणी वारंवार भेटण्याचा धोका मला पत्करायचा नव्हता. तिथे येणाऱ्या एखाद्या सैनिकानं जर ओळख दाखवली असती तर मायरीडला संशय आला असता आणि मग तिनं आयआरएकडून माझी माहिती काढण्याचा प्रयत्न केला असता.

एके दिवशी आम्ही मोटारीतून बेलफास्टच्या दिशेनं निघालो होतो. एक वळण घेतल्यावर पाहतो तो समोर चेक नाका! मी जागच्या जागी थिजलो. गाडी वळवून उलट दिशेला जाणं म्हणजे संशयावरून गोळीबार ओढवून घेणं होतं. आता कोणी मला ओळखणार नाही एवढी आशा करणंच माझ्या हातात होतं. मायरीड मात्र निर्विकारपणे बसली होती. मी माझ्या लायसन्सच्या आतल्या पानात माझं लष्करी ओळखपत्र ठेवत असे. पण आता ते मायरीडच्या नकळत बाजूला काढून ठेवणं शक्य नव्हतं.

तिथे गाड्यांची रांग लागली होती. प्रत्येक गाडीचं बॉनेट आणि डिकी तपासली जात होती. माझं लायसन्स बघताना त्या पहारेकऱ्यांना माझं ओळखपत्र नेमकं दिसलंच.

"गुड इव्हिनिंग." मी म्हणालो.

"ओके मित्रा, नीघ." तो म्हणाला.

मी काही न बोलता गाडी पुढे काढली. मायरीडकडे पाहण्याचं धाडस होईना.

"इतरांसारखी आपली तपासणी का झाली नाही?" तिनं विचारलं.

"कदाचित माझ्या बोलण्यावरून मी इंग्लिश आहे हे त्याला कळलं असेल?"

मी थाप मारली.

"असं?" ती म्हणाली, "पण तू बोललास किती?"

मी उसनी बेफिकिरी दाखवत म्हणालो, 'अगं, त्यांनाही कंटाळा आला असेल. ह्या थंडीत, पाऊस कोसळत असताना त्यांनाही घरी जायची घाई झाली असेल.'

'हं.' ती म्हणाली. मला संकट टळल्यासारखं वाटलं.

मायरीडनं ही गोष्ट लक्षात ठेवली की नाही कुणास ठाऊक पण माझ्या मनात ह्या घटनेनं घर केलं. तिला खरंच माझा संशय आला की तिनं तो सैनिकाचा आळशीपणा म्हणून सोडून दिला हे समजेना. मी तिच्या वागण्यावर बारकाईनं लक्ष ठेवू लागलो पण मला काही फरक जाणवला नाही. मला ती नेहमीप्रमाणेच प्रेमात पडलेली बिनधास्त तरुणी वाटत होती. तिच्या प्रेमात आणि आवेगात कुठेही उणेपणा नव्हता. हळूहळू माझ्या मनावरचा ताण कमी झाला.

मार्च १९७६ मध्ये धोक्याचा इशारा देणारी आणखी एक घटना घडली. अर्थात त्यात मायरीडचा हात होता की नाही हे कळणं अशक्य होतं.

आम्ही एक सिनेमा पाहून आलो. मी तिला स्टेशनपासून काही अंतरावर सोडलं आणि कॅम्पच्या दिशेनं पायी निघालो पण तेवढ्यात माझ्या मागावर कुणीतरी असल्याची मला जाणीव झाली. एखादी संघटना माझ्यावर पाळत ठेवून होती. लष्कर, आरयूसी किंवा कदाचित आयआरएदेखील. मी खात्री करून घ्यायचं ठरवलं.

मी चालण्याचा वेग वाढवला आणि भराभर तीन वळणं घेतली. पाठलाग करणाऱ्यांच्याच मागे जाण्याचा माझा प्रयत्न होता. तिसरं वळण घेताना मला एकाचं बोलणं ऐकू आलं.

"कुठे गेला तो?" बोलण्यावरून तो बेलफास्टचा वाटत होता.

"शी:! निघून गेला वाटतं!" दुसरा म्हणाला.

मी शांत राहिलो असतो तर ते निघून गेले असते. पण मी कृती करायचं ठरवलं. मी काही पावलं मागे येऊन अंधारात उभा राहिलो. जर ते निघून गेले असते तर मीही त्याला फारसं महत्त्व न देता परतलो असतो.

पण मला पुन्हा पावलांची चाहूल लागली आणि बोलणंही ऐकू आलं. "तो एकटाच होता" एकजण म्हणाला.

"मग काम सोपं आहे." दुसरा.

मी त्यांच्यामागे काही फुटांवरच उभा होतो.

"तुम्ही कुणाला शोधताय का?" मी विचारलं.

दोघांनी गर्रकन वळून माझ्याकडे पाहिलं. माझ्या लक्षात आलं की ही सुरक्षा दलाची माणसं नव्हेत.

"बरा सापडलास." त्यातला एक खास बेलफास्ट शैलीत बोलला.

माझ्यापासून १०-१२ फुटांवर आल्यावर एकानं काहीतरी काढायला जॅकेटच्या खिशात हात घातला. दुसरा मारामारीच्या तयारीत उभा होता.

पण मीच आधी ॲक्शन घेतली. मी एक घणाघाती ठोसा त्याच्या तोंडावर लगावला. त्यामागे माझ्या २०० पौंडी शरीराचं पूर्ण वजन होतं. तो मागे धडपडला. तेवढ्यात त्याच्या साथीदारानं माझ्यावर हल्ला केला. पण मी त्याचा फटका आरामात चुकवला आणि सर्व शक्तिनिशी त्याच्या पोटात ठोसा हाणला. तो कळवळून खाली वाकला. मग मी माझे दोन्ही हात एकत्र गुंफून त्याच्या तोंडावर जोरदार फटका मारला. तो आडवा झाला. तेवढ्यात पहिल्यानं पुन्हा मला लाथा मारायचा प्रयत्न केला. पण अशा हातघाईच्या लढाईचं मी अनेक वर्षं प्रशिक्षण घेतलं होतं. त्याचा घोटा पकडून मी त्याला माझ्या डोक्यावरून भिरकावून दिलं. त्याचं डोकं रस्त्यावर आपटलं. मग मी एक कचकचित लाथ त्याच्या तोंडावर लगावली. दोघंही निश्चेष्ट होऊन पडले. निदान त्या रात्री तरी ते कुणाला त्रास देण्याच्या अवस्थेत नव्हते.

खबरदारीचा उपाय म्हणून मी त्यांचे कपडे तपासले. कोणतीही शस्त्र किंवा कागदपत्रं सापडली नाहीत. मी लगेच कॅम्पवर परतलो. उशीर झाल्यामुळे माझ्या सहकाऱ्यांनी मला चांगलंच फैलावर घेतलं. नक्की एखादी मुलगी भेटली असेल असं म्हणाले. पण मी ते हसण्यावारी नेलं.

त्या रात्री अनेक प्रश्नांनी माझ्या डोक्यात थैमान घातलं. ही माणसं आयआरएची असतील का? ती मायरीडच्या पाळतीवर असतील का? एका इंग्लिश वेल्डरबरोबर मैत्री असल्याचं मायरीड कुणाजवळ बोलली असेल का? निदान मी तरी सैन्यात असल्याचं कुणाला कळू दिलं नव्हतं. पण एक गोष्ट नक्की होती. मला क्षणभरही गाफील राहून चालण्यासारखं नव्हतं.

मार्च महिन्यात तिचा वाढदिवस साजरा करण्यासाठी तिच्या आईवडिलांनी तिला बाहेर घेऊन जायचं ठरवलं. त्यामुळे आमची पार्टी आम्हाला दोन दिवस आधी करावी लागली. मी आमच्या कॉटेजमध्ये 'हॅपी बर्थ डे' असं लिहिलेला एक भला मोठा केक आणि शँपेनची बाटली तयार ठेवली होती. प्रेझेंट म्हणून मी तिला काळ्या रंगाची अंतर्वस्त्रं आणि मोजे दिले. पण मी तिच्या घरी वाढदिवसाचं कार्ड वगैरे मुद्दामच पाठवलं नाही. कारण तिच्या आईवडिलांनी आणि भावांनी तिला तिच्या 'चोरट्या' प्रेमिकावरून चिडवून हैराण केलं असतं.

कॉटेजमधल्या पार्टीत आम्ही खूप धमाल केली. मी आणलेली शँपेन आणि केक पाहून मायरीड खुष झाली. आम्ही पूर्ण विवस्त्रावस्थेत कोचावर बसून केक आणि शँपेनचा आस्वाद घेत होतो. पण त्याआधी आमचं शरीरमीलन अर्थातच

झालं होतं. तिनं मी दिलेली अंतर्वस्त्र घालून एखाद्या मॉडेल सारखं चालून दाखवलं. आमचा प्रणय पुन्हा सुरू झाला.

मी तिला स्टेशनवर सोडण्यापूर्वी ती म्हणाली, "स्कॉट, तू खरंच खूप चांगला आहेस. माझा वाढदिवस मला अगदी मनासारखा, मला हव्याशा वाटणाऱ्या एकमेव पुरुषाबरोबर साजरा करता आला."

"चल," मी म्हणालो, "मीच जास्त एंजॉय केलं."

"मी खरंच तुझ्यासाठी वेडी झालेय." ती म्हणाली.

"तू खूप मस्त मुलगी आहेस, मायरीड." मी म्हणालो.

निघण्याआधी तिनं प्रेमभरानं माझं चुंबन घेतलं. मात्र एक गोष्ट जाणवली. त्या रात्री इतक्या आनंदात असून आणि शँपेन थोडी चढली असूनही तिनं शिस्त सोडली नाही. स्टेशनकडे जाताना एकदाही मागे वळून पाहिलं नाही किंवा मला ओळख दाखवली नाही. कोणी तिला पाठलागाचं तंत्र शिकवलं नसेल ना?

ह्याचं उत्तर मला लगेच मिळणार होतं.

पुढच्या भेटीच्यावेळी ती काहीशी अस्वस्थ वाटली. मी तिला ऑफिसमध्येच फोन केला होता.

"आज भेटायला जमेल?" मी विचारलं.

"अर्थातच." ती म्हणाली, 'तुझ्या सहवासातली एक रात्र मी अशी सुखासुखी सोडेन का?'

"सिनेमाला जायची तुझी इच्छा दिसत नाही."

"आधी पब आणि मग कॉटेज." ती म्हणाली.

"ठीक आहे." मी म्हणालो, "मी तुला स्मारकाजवळ भेटेन."

म्हणजे काय हे तिला पक्कं ठाऊक होतं. होलीवूड स्टेशनच्या भुयारी मार्गानं ती युद्धस्मारकाजवळ यायची. मी जवळपास एखाद्या आडोशाला थांबायचो. कधीकधी गाडीतही बसून राहायचो.

तिला नोकरी लागल्यापासून तिच्याशी बोलणं सोपं झालं होतं. कारण घरी फोन करण्याची गरज नव्हती. तिच्या ऑफिसमधल्या मैत्रिणी बॉयफ्रेंड्स्शी तासन् तास बोलत, पण मायरीड मात्र फार बोलणं टाळत असे. संशयाला जागा नको म्हणून. तिनं मला फोन करण्याचा प्रश्नच नव्हता. कारण मी 'जहाजाच्या गोदी'त कामाला होतो. जवळच्या फोनपासून अर्ध्या मैलावर! तेव्हा मोबाईल फोन आले नव्हते. मी अशीही थाप ठोकली होती की आमच्या घरमालकिणीकडे फोनच नाही.

ही घरमालकीणसुद्धा काल्पनिकच होती. सत्तरीची पण टुणटुणीत. आमच्यासारख्या कामगारांची राहण्याची चांगली सोय करणारी. वर २४ तास गरम पाणी. जेवणाखाणाची मात्र सोय नव्हती. पण भाडं बेताचं होतं आणि किल्ली माझ्याकडेच होती. दोन

गोष्टी मात्र मी मायरीडला ठासून सांगितल्या की तिथे मुलींना प्रवेश नव्हता आणि दर शुक्रवारी रोख भाडं द्यावं लागे.

पण त्या रात्री काहीतरी गडबड असल्याचं मला जाणवलं. नेहमीप्रमाणे मी भेटीच्या ठिकाणी आधी पोचलो. काही संशयास्पद नसल्याची खात्री करून घेतली. मी तिला स्टेशनच्या बाहेर येताना पाहिलं. नेहमीच्या शिस्तबद्ध-चालीनं ती स्मारकाजवळ आली. गडद निळा स्कर्ट आणि त्याच रंगाचा कोट ह्या ऑफिसच्या वेषात ती खूप स्मार्ट दिसत होती.

गाडीत बसल्यावर ती बेचैन असल्याचं मला जाणवलं. नेहमी भेटताक्षणी मला बिलगणारी, उत्साहानं फसफसणारी मायरीड आज वेगळीच भासत होती.

"ड्रिंक घेणार?" मी विचारलं.

'हो." ती म्हणाली, 'आज फारच दगदग झाली.'

"व्होडका?" मी गंमतीनं विचारलं. कारण काही बिनसलं की ती कडक मद्य घ्यायची आणि खूप रागात असली की एक डबल व्होडका आणि एक बिअर झटक्यात रिचवायची.

पण आज ती एकेक घोट सावकाश घेत होती. माझी बाटली लगेच संपली.

'आणखी घेणार?" मी विचारलं.

पण तिची तंद्री भलतीकडेच लागली होती.

"हो... अर्धी चालेल." ती भानावर येत पुटपुटली.

तिच्या मनात काहीतरी सलत होतं. ते फारसं गंभीर नसावं अशी आशा होती. तिला इतकं विचारमग्न झालेलं मी पाहिलं नव्हतं. काहीतरी खाजगी गोष्ट असावी असं वाटलं. पण जर ते लष्कराच्या अत्याचाराबद्दल असतं तर तिनं लगेच तावातावानं सांगितलं असतं.

'चल घरी जाऊया." ती बिअर संपवत म्हणाली.

एकदा मन मोकळं झालं की तिचं दडपण कमी झालं असतं. मलाही उत्सुकता लागून राहिली होती.

कॉटेजमध्ये शिरल्याबरोबर तिनं यांत्रिकपणे माझं चुंबन घेतलं आणि म्हणाली, "आता मला बोलता येईल."

"कशाबद्दल?"

"माझ्याबद्दल."

"काय झालं?" मी विचारलं. "तू बरी आहेस ना? माझ्याकडून काही मदत होण्यासारखी आहे का?"

"मी ठीक आहे." शेकोटीकडे पाहात ती शब्दांची जुळवाजुळव करत होती. नंतर माझी नजर चुकवत म्हणाली, "स्कॉट, मला तुझ्याशी काही बोलायचंय."

“मी कानात प्राण आणून ऐकतोय.” मी वातावरण हलकंफुलकं ठेवण्याचा प्रयत्न केला.

“खरंच महत्त्वाचं आहे.” ती म्हणाली.

“मग सांग ना.”

ती बोलू लागली. “मी प्रोव्होजमध्ये सामील झाल्याचं तुला खूप दिवसांपूर्वी सांगितलं होतं. आठवतंय?”

“हो.”

ती एकेक शब्द उच्चारत म्हणाली, “आता मी एका कामगिरीवर जाणार आहे. एक बॉंबस्फोट घडवण्याच्या कामावर माझी निवड झाली आहे.”

असं म्हणून तिनं चटकन माझ्याकडे पाहिलं. ती माझ्या प्रतिक्रियेचा अंदाज घेत होती. माझा चेहरा भूत पाहिल्यासारखा झाला असावा.

“बाप रे. खरं सांगतेयस?”

मी तिच्याकडे रोखून पाहिलं. क्षणात तिचा चेहरा गोरामोरा झाला. डोळ्यांतली चमक नाहीशी झाली आणि सगळं त्राण गेल्यासारखी ती गलितगात्र होऊन बसली.

“तू माझी चेष्टा तर करत नाहीस ना?” मी गमतीनं विचारलं.

माझ्या बोलण्यामुळे तिची चलबिचल होईल आणि ती काहीतरी निमित्त सांगून ह्यातून अंग काढून घेईल अशी मला आशा वाटली. पण त्याचबरोबर माझा सैनिकी मेंदू झपाट्यानं काम करू लागला. आता ह्या बॉंबस्फोटाची वेळ आणि जागा जाणून घ्यायला हवी होती. अनेकांच्या जिवाला धोका होता आणि तोही मी जिच्या प्रेमात पडलो होतो त्या मायरीडकडून.

दीड वर्षांपूर्वी मला भेटलेली एक शाळकरी मुलगी आयआरएची कार्यकर्ती होते काय आणि त्या वेडापायी बॉंबस्फोट करून निरपराध लोकांच्या जीवावर उठते काय, सारंच अनाकलनीय होतं.

मी तिच्याकडे प्रश्नार्थक नजरेनं पाहिलं.

“तुमचं लक्ष्य कोणतं?” मी विचारलं.

“इनमरी मधलं कॉनवे हॉटेल.” ती म्हणाली.

“आणि ही कल्पना कोणाची?”

“ठाऊक नाही.’ ती म्हणाली, ‘परवा रात्रीच्या मीटिंगमध्ये मला हे सांगितलं होतं. मी तीन जणांच्या गटात असेन. पण तेव्हापासून मला क्षणभरही झोप आली नाही.”

“मग तुझं काय ठरलं?”

“आता माझ्या हातात काहीच राहिलेलं नाही.” ती म्हणाली, “त्यांना इतरांचं लक्ष दुसरीकडे वळवायला एक मुलगी हवी आहे. आम्ही हॉटेलमध्ये एक ड्रिंक

घ्यायला जातोय असं भासवायचं. आणि मग तिथं बॉंब ठेवून पळ काढायचा.''

आता मात्र मी जरा आक्रमक झालो आणि मनातली नाराजी न लपवता म्हणालो, ''आणि तिथले कर्मचारी, तिथे आलेली माणसं ह्यांचं काय? ह्या सर्वांचे तू खुषीनं जीव घेणार? त्यांनी तुझं किंवा तुझ्या कुटुंबाचं काहीही वाकडं केलेलं नसताना? ह्याचा विचार केलायस?''

''केलाय तर,'' आता तीही रंगात आली. ''पण आम्ही ते हॉटेल रिकामं करणार आहोत. तिथे बॉंब ठेवला की आम्ही सर्वांना इशारा देऊन १५ मिनिटांत बाहेर पडायला सांगणार आहोत म्हणजे कोणालाही इजा होणार नाही. पण ते उच्चभ्रू हॉटेल आमच्या दृष्टीनं उत्तम लक्ष्य आहे. आम्हाला दाखवून द्यायचंय की श्रीमंत आणि वजनदार लोकांचं येणंजाणं असणारं ते हॉटेल आम्ही वाटेल तेव्हा उडवू शकतो.''

''पण कुणाला इजा होणार नाही कशावरून?''

''आम्ही पुरेपूर इशारा देणार आहोत.'' ती म्हणाली, ''स्कॉट, मला हिंसेबद्दल किती तिटकारा आहे हे तुला माहीत आहे. पण हा आमचा लढा आहे. कॅथलिकांना किती असुरक्षित वाटतंय ह्याची तुला कल्पना नाही. ब्रिटिश सैनिक आम्हाला मुद्दाम तुच्छतेनं वागवतात. आम्हाला दुय्यम वागणूक मिळते. ह्या नीच इंग्रजांना इथून उखडून फेकायला वाटेल ती मदत करण्याची माझी तयारी आहे. कुणाचा जीव न घेण्याची प्रोव्होजनी हमी दिली आहे.''

''आणि तू विश्वास ठेवलास.'' मी उपहासानं म्हणालो.

मायरीड काही बोलणार होती. पण मी तिला बोलू दिलं नाही. हा मूर्खपणा हाताबाहेर जाण्याआधी तिला वस्तुस्थितीची जाणीव करून द्यायला हवी होती.

''मग व्हाईट क्रॉस साऊथ आर्माघमध्येही कुणाला इजा होणार नव्हती असंच ना?''

''ती त्यांची चूक होती.'' मायरीड सात्विक संतापानं म्हणाली, ''तो अपघात असल्याचं नंतर कळलं. प्रोटेस्टंटना घाबरवणं एवढाच उद्देश होता. पण आधी त्यांनी गोळीबार सुरू केला होता.''

''त्यांची चूक?'' आता माझाही पारा चढला. ''मायरीड वेळीच शहाणी हो. ह्याच जानेवारीत व्हाईटक्रॉसमध्ये सहा सशस्त्र बुरखाधारी माणसांनी एक मिनीबस अडवली. त्यात जवळपासच्या खेड्यातून कामावर जाणारे मजूर होते. साधी, पापभीरू माणसं होती ती. त्या ड्रायव्हर आणि ११ उतारूंना उतरवलं गेलं. त्यांना रांगेत उभं करून त्यांची नावं विचारली. त्या १२ पैकी ११ प्रोटेस्टंट होते. जो कॅथलिक होता त्याला निघून जायला सांगितलं गेलं आणि उरलेल्या ११ जणांना त्यांनी गोळ्या घातल्या. १० जण ठार झाले आणि १ जखमी झाला. हे मारेकरी

प्रोव्होजचेच होते आणि ह्याच लोकांचं म्हणणं आहे की हॉटेलमध्ये कुणाला इजा होणार नाही.'

मायरीडनं माझं बोलणं मध्येच तोडलं. ती काहीतरी पळवाट शोधत होती. ''हे खोटं आहे.'' ती म्हणाली, ''हा आरयूसीचा खोटारडेपणा आहे.''

''तसं नाही मायरीड,'' मी म्हणालो, ''ज्यांचे थंड डोक्यानं मुडदे पाडले गेले ते सर्व प्रोटेस्टंट होते. वेळीच भानावर ये.'

तिनं नजर दुसरीकडे वळवली आणि अचानक हुंदके द्यायला लागली. कारण मी खरं तेच सांगतोय हे तिला पटलं होतं. पण मी तिचं सांत्वन मुद्दामच केलं नाही. ती कोणता गुन्हा करणार होती आणि त्याचे काय परिणाम होणार होते ह्याची तिला जाणीव व्हायलाच हवी होती.

काही वेळानं तिनं रडू आवरलं आणि म्हणाली, ''पण स्कॉट, आता मी काय करू? माझा पार गोंधळ उडाला आहे.''

''शांतपणे विचार कर. मायरीड, मी तुला ओळखतो अशी माझी समजूत होती. तुझ्यासारखी सरळ आणि प्रामाणिक मुलगी निरपराध लोकांचा जीव घेण्याचा विचार तरी कसा करू शकते?''

''बस कर. पुढे बोलू नकोस.'' ती कानावर हात ठेवत म्हणाली. तिचं विचारचक्र चालू होतं.

थोड्या वेळानं ती म्हणाली, ''पण आता ह्यातून मी बाहेर कशी पडणार? हे मला करावंच लागेल असा त्यांचा हुकूम आहे. मीही आधी नकार दिला नाही. माझी भूमिका खूप महत्त्वाची आहे आणि रिपब्लिकन लढ्याला माझा पाठिंबा आहे हे दाखवून द्यायला मला ती पार पाडावीच लागेल. काय करू मी?''

''माझं प्रामाणिक मत सांगू?'' मी म्हणालो, ''तुला हे जमणार नाही असं सांग. त्यांना सांग की तू पुन्हा विचार केलायस आणि अजून प्रत्यक्ष कारवाईत भाग घ्यायची तुझी तयारी नाही. सांगण्यासारख्या सबबी भरपूर आहेत. हे तू कोणाला सांगितलंयस? आईवडिलांना? भावांना?''

''कुणालाच नाही.''

''मग आता एक कर. शांतपणे घरी जा आणि विचार कर. उद्या सांग मला.''

आता ती तारीख कळणं महत्त्वाचं होतं.

''तुला पक्का निर्णय घ्यायला किती वेळ आहे?'' मी स्टेशनकडे जाताना विचारलं, ''म्हणजे तारीख ठरली आहे का? कारण मला ह्यातलं काही कळत नाही.''

''अजून नक्की ठरली नाही. पण एखाद्या आठवड्यातच ठरेल,'' ती म्हणाली, ''त्यांची तयारी जय्यत आहे.''

स्टेशनवर तिचा निरोप घेताना मी म्हणालो, "तुझं काय ठरतं ते कळव. मला खूप काळजी वाटते. मायरीड, माझं तुझ्यावर खूप प्रेम आहे. जर काही बरंवाईट झालं तर तुला गमावणं मला सहन होणार नाही."

"माझंही तुझ्यावर प्रेम आहे, स्कॉट." ती डोळे पुसत म्हणाली आणि धावतच स्टेशनकडे गेली.

गाडी सुरू करताना माझा विचार पक्का झाला होता. ही माहिती वरिष्ठांना कळवणं मला भाग होतं. म्हणजे कॉनवे हॉटेलवर २४ तास पहारा ठेवता आला असता. पण हे ॲडजुटंट किंवा कंपनी कमांडरला सांगण्यात अर्थ नव्हता. कारण ही माहिती मला कुठून समजली असं त्यांनी विचारलं असतं. कुणा दोघांचं ओझरतं संभाषण कानावर पडलं हे पटण्यासारखं नव्हतं. आणि जर मी माझ्या आणि मायरीडच्या प्रेमाबद्दल सांगितलं असतं तर आमचे संबंध संपल्यातच जमा होते आणि त्यांनी मायरीडला ताब्यात घेणं, तिच्याकडून जबरदस्तीनं तिच्या सहकाऱ्यांची नावं वदवून घेणं हे धोके होतेच.

दुसरी शक्यता जास्तच भीतिदायक होती. कदाचित लष्करात तिला खबऱ्याचं काम करायला भाग पाडलं असतं. त्या विचारानंच माझा थरकाप उडाला. कारण आयआरएमध्ये फितूर लोकांचे काय हाल होतात हे मी प्रत्यक्ष पाहिलं होतं. मी दोन जणांची छिन्नविछिन्न झालेली शरीरं बघितली होती. अतोनात शारीरिक छळ करून त्यांना ठार केलं गेलं होतं.

वाटेत मी एका पब्लिक फोनवरून आरयूसीच्या सार्जंटला फोन लावला. जिमी मॅकची आणि माझी अशीच एका पबमध्ये दोस्ती झाली होती. मी पॅराजमध्ये आहे हे त्याला ठाऊक होतं आणि ही बातमी त्याला सांगितली तरी तो मला ह्यात गोवणार नाही, अशी मला खात्री होती. मी फोन केला तेव्हा तो ड्यूटीवर नव्हता, पण मी लगेच फोन कर असा निरोप दिला.

पाचच मिनिटांत फोन वाजला.

"स्कॉट? काय चाललंय?" मी त्याचा आवाज ओळखला.

"मला तुला भेटायचंय." मी म्हणालो.

"उद्या चालेल?" त्यानं विचारलं.

"नाही. आज रात्रीच जमव. खूप महत्त्वाचं आहे."

"काय झालं?" त्यानं काळजीनं विचारलं. 'तू संकटात तर नाहीस ना?"

'नाही." मी म्हणालो, "पण मला एक खूप महत्त्वाची माहिती मिळाली आहे."

आम्ही त्याच रात्री बेलफास्टमधल्या एका पबमध्ये भेटलो.

"काय म्हणतोस?" तो सरळ मुद्यावर आला.

"चल जरा बाजूला बसून बोलू." मी म्हणालो.

बिअर पितापिता मी त्याला सगळं सांगितलं. त्याच्या तोंडून हलकी शीळ बाहेर पडली.

"तुझी अडचण कळली मला." तो म्हणाला, "पण ती खरं सांगत असेल?"

"नक्कीच. तू जर आज तिला भेटला असतास तर तुझ्या लक्षात आलं असतं. ती शाळकरी मुलगीच आहे रे. ती इतक्या थापा मारणारी नाही."

"हे मला वर कळवावं लागेल." तो म्हणाला.

"उघड आहे." मी म्हणालो, "नाहीतर तुझ्याकडे कशाला आलो असतो."

"हे मला लगेच कळवलं पाहिजे. आज रात्रीच काही घडलं तर?"

"आज काही घडेल असं वाटत नाही." मी म्हणालो, "पण पुढच्या काही दिवसांत होईल."

"तुझं काय?"

"तू मला ह्यातून बाजूला ठेवू शकशील का?" मी विचारलं, "कारण माझे एका दहशतवादी तरुणीशी संबंध असल्याचं कळलं तर पॅराजमध्ये एकच खळबळ उडेल."

"जमेल असं वाटतं." जिमी म्हणाला. "ह्या माहितीचा स्रोत त्यांना सांगायची गरज नाही. माझ्या नेहमीच्या खबऱ्याकडून कळलं असं सांगता येईल. पण एका अटीवर."

"कोणत्या?"

"आणखी काहीही कळलं तर लगेच मला सांगायचं. कबूल?"

"कबूल."

सहा एप्रिल १९७६ च्या दुपारी एक फोर्ड एस्कॉर्ट गाडी 'दि कॉनवे हॉटेल'च्या आवारात शिरली आणि बाहेरच्या स्विमिंग पूलला वळसा घालून सरळ पोर्चकडे गेली. तिथे एक नवीन लोखंडी फाटक बसवलेलं होतं. कारण अशा उच्चभ्रू हॉटेलवर हल्ला करणं हा आयआरएचा उद्योगच झाला होता.

तिथल्या दोन रखवालदारांना काही कळण्याच्या आतच गाडीतून एक पिस्तुलधारी तरुण बाहेर पडला.

"जागचे हलू नका. आयआरए." त्यानं धमकावलं.

पिस्तुलाचा धाक दाखवून त्यानं त्या रखवालदारांना आडवं पडायला लावलं आणि त्याच्या साथीदारानं त्यांचे हातपाय बांधले.

"आता मुकाट्यानं सांगतो ते ऐका." त्याच्या बोलण्यावरून तो बेलफास्टचा वाटत होता. मायरीड फॅरेल आणि शॉन मॅकडरमॉटजवळ कोल्ट ४५ पिस्तुलं होती

तर कायरन डोहर्टीजवळ मॅग्नम पिस्तूल होतं.

कायरन पहारेकऱ्यांजवळच थांबला. मायरीड आणि शॉन गाडीच्या डिकीतल्या ३ सूटकेसेस घेऊन हॉटेलमध्ये शिरले. प्रत्येक सूटकेसमध्ये ५ पौंडी बॉंब होते.

पोर्चमध्ये पोचल्यावर मायरीड आणि शॉननं पिस्तुलं काढली.

''प्रोव्हिजनल आयआरए.' शॉन गरजला.

तिथल्या सगळ्यांना धक्काच बसला.

''चला सगळे आडवे व्हा.'' शॉन ओरडला.

''आमचं ऐकलंत तर कुणाला इजा होणार नाही.'' मायरीड म्हणाली.

मायरीड पोर्चमध्ये पिस्तूल घेऊन उभी राहिली. शॉननं त्या तीनही सूटकेसेस वेगवेगळ्या ठिकाणी ठेवल्या. एक पोर्चमध्ये, दुसरी डायनिंग हॉलमध्ये आणि तिसरी पहिल्या मजल्यावर.

तिथे काहीही गोंधळ उडाला नाही. सर्वजण जिवाच्या भीतीनं जमिनीवर निपचित पडून राहिले.

परत आल्यावर शॉन पुन्हा ओरडला, ''तुम्हाला १५ मिनिटांचा वेळ देतो. इथून लगेच बाहेर पडा.''

मायरीड आणि शॉन धावतच बाहेर पडले. तेवढ्यात शॉन किंचाळला, ''मायरीड, पोलीस पळ.''

मायरीडनं गाडीच्या बाहेर उडी मारली आणि त्या उतारावरून स्विमिंग पूलाच्या दिशेनं धावत सुटली. बाजूच्या झाडीत शिरताक्षणी तिनं पिस्तूल आणि हॅंडबॅग टाकून दिली.

तेवढ्यात तिनं पोलीस अधिकाऱ्याचा आवाज ऐकला.

''थांबा. नाहीतर गोळ्या घालू.''

आता पळणं व्यर्थ होतं. ती मागे फिरली. त्या आरयूसीच्या अधिकाऱ्यानं मानगुटीला धरूनच तिला पोलिसांच्या गाडीकडे नेलं. तिला गाडीच्या मागच्या बाजूला ढकललं आणि स्वत: तिच्याजवळ बसला. ती गाडी जवळच्याच एका घराकडे गेली. मायरीडनं एक ॲम्ब्यूलन्स आलेली पाहिली.

मग पोलिसांनी तिच्यावर प्रश्नांचा भडिमार सुरू केला. पण मायरीडनं आय आरएच्या सूचना तंतोतंत पाळल्या. तिनं एकाही प्रश्नाचं चकार शब्दानंही उत्तर दिलं नाही. शॉन मॅकडरमॉटला गोळी घातल्याचं पोलिसांनी तिला सांगितलं पण तिचा विश्वास बसला नाही. तीन दिवसानंतर तिला सत्य कळलं. शॉन आणि कायरन जवळच्याच एका घराकडे गेले. त्यांनी एक गाडी पळवायचा प्रयत्न केला. गाडीच्या मालकाला पिस्तुलाचा धाक दाखवून गाडीची किल्ली मागितली. त्यानं किल्ली काढण्यासाठी म्हणून खिशात हात घातला. पण खिशात पिस्तूल होतं. ते

काढून त्यानं सरळ शॉनच्या छातीत गोळी घातली. तो जागीच ठार झाला. कायरननं शरणागती पत्करली. शॉन फक्त २१ वर्षांचा होता आणि त्याच्या दुदैवानं ती गाडी नेमकी एका पोलिसाची निघाली. मायरीडला शॉन आवडत असे. त्यांची छान मैत्री जमली होती. प्रत्यक्ष कारवाईत भाग घेशील का असं त्यानंच मायरीडला विचारलं होतं.

मायरीड डनमरीच्या पोलीस कोठडीत असतानाच तिनं त्या तीन स्फोटांचे आवाज ऐकले. त्यांनी केलेल्या विध्वंसाची बातमी तिला नंतर कळली. नंतर ती मित्रांजवळ बोलली. 'हे शॉनसाठी. शॉनच्या मृत्यूनं मला धक्काच बसला. आम्ही खरोखर कुणाला इजा होऊ नये ह्याची काळजी घेतली होती. मात्र शॉन शहीद झाला. चांगला मुलगा होता तो.'

मायरीड पुढचे ६ महिने अर्माघ तुरुंगात होती. अखेर २ डिसेंबर १९७६ ह्या दिवशी तिच्यावर खटला उभा राहिला. सुनावणी एका दिवसात झटपट उरकली गेली. कॉनवे हॉटेलमध्ये त्यादिवशी हजर असलेल्या तिघांनी तिच्याविरुद्ध साक्ष दिली. तिनं घातलेला लांब निळा कोट, सपाट टाचांचे बूट, हातातलं कोल्ट ४५ पिस्तूल ह्या सर्वांचं अचूक वर्णन केलं गेलं.

आयआरएच्या नेतृत्वाचे आदेश स्पष्ट होते. कोणाला अटक झालीच तर पोलिसांना काहीही सांगायचं नाही आणि कोर्टाचा अधिकार मान्य करायचा नाही. मायरीडनं हे आदेश तंतोतंत पाळले. संध्याकाळी साडेपाच वाजता निकाल जाहीर झाला. आयआरएची सदस्य असणं, प्राणघातक शस्त्र बाळगणं आणि बॉंबस्फोट करणं हे आरोप सिद्ध होऊन तिला १४ वर्षांच्या तुरुंगवासाची शिक्षा ठोठावली गेली.

तिला आईवडिलांना फक्त ५ मिनिटं भेटू दिलं गेलं. तिचा तुरुंगवास सुरू झाला. पण तिनं तोंडातून 'ब्र'ही काढला नाही.

कायरन डोहर्टीलादेखील कठोर शिक्षा मिळाली. नंतर त्यानं तुरुंगात उपोषण सुरू केलं. आयआरएच्या कैद्यांना सामान्य गुन्हेगारांसारखी वागणूक मिळू नये, त्यांना घरचे कपडे घालता यावेत आणि त्यांना युद्धकैद्यांचा दर्जा मिळावा अशी त्यांची मागणी होती. पण सरकार त्याला बधेना. अखेर ब्रिटिश सरकारवर दबाव आणण्यासाठी त्यांनी प्राणांतिक उपोषणाचं हत्यार उपसलं. अखेर ऑगस्ट १९८५ मध्ये ७३ दिवसांच्या उपोषणानंतर कायरन डोहर्टी मरण पावला.

कॉनवे हॉटेलच्या बॉंबस्फोटाची माहिती मला दुसऱ्या दिवशी कळली. मी ऐकलं की एक हल्लेखोर तिथेच ठार झाला आणि एक तरुण आणि तरुणी यांना अटक झाली. ही तरुणी म्हणजे माझी लाडकी, वेडी आणि गोंधळलेली मायरीड हे मी ओळखलं.

ह्या घटनेची सविस्तर माहिती मिळवण्यासाठी मी सगळी वर्तमानपत्रं वाचली. तिचा गुन्हा अक्षम्य होताच. पण एक गोष्ट मात्र कबूल करायलाच पाहिजे होती की तिनं सांगितल्याप्रमाणे कुणालाही इजा झाली नव्हती.

सहा

“हा मूर्खपणा झालाच कसा?’ मी संतापून जिमी मॅकला विचारलं, ‘माझ्या माहितीप्रमाणे तिथे २४ तास पहारा होता.’

“मला विचारू नकोस,” तो म्हणाला, “तू दिलेली माहिती मी वर कळवली होती. पण मी विचारून सांगतो.”

“थँक्स;” मी म्हणालो, “पण त्यात माझं नाव यायला नको.”

इशारा देऊनही खबरदारी घेतली गेली नाही ह्यावर माझा विश्वास बसेना. बेलफास्टमधल्या श्रीमंत हॉटेल्सना लक्ष्य बनवणार असल्याचा इशारा आयआरएनंही दिला होता. कॉनवे हॉटेल तर त्यांना खुपतच होतं कारण तिथे नेहमी सुरक्षा अधिकारी आणि राजकीय नेते ह्यांची ये-जा असे. हॉटेल व्यवस्थापनानंही लोखंडी कुंपण, २४ तास पहारा, क्लोज सर्किट टीव्ही ह्या सर्व सोयी केल्या होत्या.

पण ह्या घोटाळ्याचा मला एक फायदा झाला. ही बातमी मी दिल्याचं मायरीडला कळणं शक्य नव्हतं.

दोन दिवसांनी पबमध्ये बिअर पिताना जिमी म्हणाला, “हा इशारा त्यांनी गांभीर्यानं घेतला होताच. तिथे खडा पहारा होता. पण ह्या हल्ल्याला नेमके किती दिवस किंवा आठवडे लागतील हे कळायला मार्ग नव्हता.”

“कुणावर ठपका ठेवला?”

“नाही. तशी गरजच नव्हती.” तो म्हणाला, “त्यांच्या दृष्टीनं ती एक यशस्वी पोलीस कारवाई होती. मनुष्यहानी झाली नाही आणि हॉटेलचीही डागडुजी करता

येईल. त्यामुळे वरिष्ठांचं समाधान झालं आहे.''

एक गोष्ट मात्र मला पक्की कळून चुकली. आता मायरीडला विसरून जाऊन पुढे आयुष्य सुरू करायचं होतं. तिला भेटून धीर द्यावा असं एकदा मला वाटून गेलं. पण ते शक्य नव्हतं. कारण तिला भेटण्याआधी मला माझी ओळख पटवावी लागली असती आणि माझी कारकीर्दच धोक्यात आली असती.

त्याहून महत्त्वाचं म्हणजे आमच्या भेटीमुळे मायरीडला खूप त्रास झाला असता. बाँबस्फोटाची योजना आखताना आमचे प्रेमसंबंध होते हे आयआरएच्या इतर कैद्यांना कळलं असतं तर त्यांनी मायरीडचा अतोनात छळ केला असता. तिच्यावर शारीरिक, लैंगिक अत्याचार झाले असते. इतर महिला कैद्यांकडून सतत मारहाण आणि कदाचित खून होण्याचीही शक्यता होती. आणि माझी भावनिक गरज पूर्ण करण्याच्या हव्यासापोटी तिचा जीव धोक्यात घालण्याचा मला काय हक्क होता?

तिला ठेवलं होतं त्या पोलीस स्टेशनच्या आसपास मी चकरा मारू लागलो. एखाद्या खिडकीतून ती दिसेल अशी वेडी आशा मला वाटत होती. तिच्या जवळपास असल्याचं समाधान होतं. पण विचारांचा भुंगा मन पोखरत होता. मी तिला ह्या कारवाईत भाग घेण्यापासून परावृत्त करू शकलो असतो का? मी पॅराजचा सैनिक असल्याचं कबूल केलं असतं तर काय झालं असतं? कदाचित आमचं प्रकरण संपून ती जास्तच कट्टर झाली असती असं मला वाटलं.

पण मीही पहिला प्रेमभंग झालेल्या मुलासारखा वागतोय हे मला जाणवलं. आता मला सावरायला हवं होतं. ती दहा वर्षं तरी गजाआड राहणार ही काळ्या दगडावरची रेघ होती. तिला पत्र लिहिणंही अशक्य होतं. बाकीच्या कैद्यांनी तिचा जीव घेतला असता. पण सुदैवानं आमच्या प्रेमप्रकरणाची तिनंही कुठे वाच्यता केली नव्हती. त्या रात्री मी भरपूर दारू प्यायलो. मायरीडचा चेहरा डोळ्यांसमोर तरळत होता. तिच्या धुंद सहवासाच्या आठवणी मनातून जात नव्हत्या. आता आमची कधीही भेट होणार नव्हती. कॅम्पमध्ये परत येताना मी पूर्णपणे उद्ध्वस्त झालो होतो.

कॉनवे बाँबस्फोटाबद्दल मी दुसऱ्या दिवशी वाचलं. पण त्याच्या आदल्या दिवशी आयआरएच्या झंझावाती हल्ल्यांनी हाहा:कार उडवला होता. त्या दिवशी बेलफास्टमधली अनेक हॉटेलं, दुकानं आणि ऑफिसेस उद्ध्वस्त झाली होती. मी मायरीडला ह्याची जाणीव करून द्यायला हवी होती. बेलफास्टला गुडघे टेकायला लावण्यासाठी हे अतिरेकी कोणत्या थराला जाऊ शकतात हे तिला कळायला हवं होतं. विशेष म्हणजे हे सगळे बाँबस्फोट घडवायला कोवळ्या, अननुभवी, तरुण-तरुणींना कामाला जुंपलं गेलं. घातपाती कारवायांचं कुठलंच प्रशिक्षण न घेतलेले

अनेक तरुण १०-१५ वर्षं तुरुंगात जाणार होते. पण प्रोव्होजच्या वरिष्ठांना त्याची मुळीच फिकीर नव्हती. ते नवनवीन योजना तयार करण्यात मग्न होते.

५ एप्रिल १९७६. त्या दिवशीच्या घटनांवर विश्वास ठेवणं मला अजूनही जड जातं. त्या दिवशी आयआरएच्या माथेफिरुपणानं कळस गाठला. आधीच टेकीला आलेल्या शहराचा पार विध्वंस झाला. सामान्यजनांच्या जीविताची आणि मालमत्तेची हानी समर्थन करण्याच्या सोडाच पण समजण्याच्याही पलीकडची होती. आगलावे बाँब, पेट्रोल बाँब, पिस्तूल, पळवापळवी - कोणताही मार्ग त्यांना निषिद्ध नव्हता. नागरिकांना पळता भुई थोडी झाली. कारखाने, पब्ज, दुकानं, हॉटेल्स, कचेऱ्या - काहीही त्यांच्या तावडीतून सुटलं नाही. तिथले चाकरमाने, रहिवासी, ग्राहक, पादचारी सगळेच जिवाच्या आकांतानं पळत सुटले. सुरक्षा दलांवरचा ताण असह्य झाला होता. त्यातच खोट्या टेलिफोन्सची भर पडली. केवळ नशीब आणि काही सामान्य नागरिकांनी दाखवलेलं धैर्य ह्यामुळेच मोठा संहार टळला.

दुपारी २ वाजून ११ मिनिटांनी पहिला स्फोट झाला. मलोन रोडवरच्या वेलिंग्टन पार्क हॉटेल इथे झालेल्या ह्या स्फोटानं मोठी आग पसरली. तो बाँब ठेवायला एक सशस्त्र माणूस आणि एक तरुणी आले होते. त्यांनी ओरडून बाँबस्फोट होणार असल्याचा इशारा दिला. हॉटेलमधल्या धाडसी कर्मचाऱ्यांनी घाईघाईनं सगळ्या ग्राहकांना बाहेर पडायला सांगितलं. हॉटेल रिकामं झाल्यानंतर तीनच मिनिटांनी स्फोट होऊन मोठी हानी झाली.

त्यानंतर १५ मिनिटांनी गजबजलेल्या रॉयल ॲव्हेन्यूवरच्या मिस्की वे कॅफेमध्ये स्फोट झाला. तिथली एक अनामिक वेट्रेस त्या प्रसंगाची नायिका ठरली. तिनं एका तरुणाला कॅफेमध्ये एक पिशवी ठेवताना पाहिलं. त्यानं ओरडून तिथल्या २० जणांना बाहेर पडायला फर्मावलं. पण त्या वेट्रेसनं जिवाची तमा न बाळगता ती पिशवी उचलली आणि ती घेऊन धावत बाहेर आली. रस्ता गजबजलेला होता. 'बाँब... बाँब... बाँब' असं ओरडत तिनं सगळ्यांना दूर जाण्याचा इशारा दिला आणि कॅफेच्या खिडकीबाहेर बाँब ठेवला.

तिथे एकच पळापळ झाली. दोनच मिनिटांनी स्फोट होऊन कॅफेचं जबर नुकसान झालं. पण तिचं धैर्य आणि प्रसंगावधान ह्यामुळे जीवितहानी टळली.

काही मिनिटांनीच - दुपारी २ वाजून ३८ मिनिटांनी समोरच्याच फ्रेडरिक टॉमसच्या खेळण्यांच्या दुकानात स्फोट होऊन प्रचंड आग लागली. दोन तरुण एक बॅग दुकानाच्या मधोमध ठेवून तिथून निसटले. काही नागरिकांनी त्यांना पळून जाताना पाहिलं. तिथे एक मोठा स्फोट होऊन आग लागली. ती एवढ्या वेगानं पसरली की जवळच्या चार इमारती भस्मसात झाल्या. २४ तासांनंतरही अग्निशामक दलाचं काम चालूच होतं.

दुपारी २ वाजून ५९ मिनिटांनी, व्हिक्टोरिया स्ट्रीटवरच्या हेडलाईन शिपिंग कंपनीत स्फोट झाला. दोन पिस्तुलधारी तरुण तिथे आले. त्यातला एक दारात उभा राहिला. दुसऱ्यानं बॉंब असलेला होल्डॉल आत ठेवला. त्यांनी ओरडून कर्मचाऱ्यांना इशारा दिला. पोलिसांना खबर मिळाल्याक्षणी ते हजर झाले आणि त्यांनी ऑफिस रिकामं केलं पण ते पादचाऱ्याला दूर जायला सांगत असतानाच स्फोट झाला. सुदैवानं कुणाला इजा झाली नाही.

दुपारी तीन वाजता कॉनवे हॉटेलमध्ये प्रचंड स्फोट झाला. पण आधीच हल्ल्यांनी जेरीला आलेल्या मध्यवस्तीत तो कुणाला जाणवलाच नाही.

मध्यवस्तीतल्या रॉबर्ट स्टील इमारतीत एक १५ पौंडी बॉंब ठेवला गेला. पोलिसांनी तो परिसर रिकामा केला. पण काही वेळ स्फोट न झाल्यामुळे लष्कराच्या तज्ज्ञांना बोलावलं गेलं. त्यांनी तो बॉंब निकामी केला.

त्या दुपारी बेलफास्टच्या मध्यवर्ती भागात एकच हाहा:कार उडाला. कुठे पळावं हे कुणालाच कळत नव्हतं. सतत वाजणाऱ्या धोक्याच्या घंटा, पोलिसांच्या गाड्यांचे, अग्निशामक गाड्यांचे आणि रुग्णवाहिकांचे सायरन ह्यांनी कान बधिर झाले. वाहतुकीची अभूतपूर्व कोंडी झाली. अनेकांनी गाड्या रस्त्यातच सोडून पळ काढला. लष्करी वाहनं, रुग्णवाहिका, अग्निशामक दलाच्या गाड्या ह्यांना त्यातून मार्ग काढताना नाकी नऊ आले.

ह्या सगळ्यांत भर म्हणून बनावट फोन येऊ लागले. आधीच मेटाकुटीला आलेल्या सुरक्षा दलांची दिशाभूल होऊ लागली. आरयूसी आणि लष्करात मध्यवर्ती भागाचा कडेकोट बंदोबस्त केला पण तरीही कर्कश आवाजांनी आसमंत भरून गेला. प्रोव्होजनी त्या दिवशी घातलेल्या थैमानाला पारावर नव्हता.

पण दहशतवादी एवढ्यावर थांबणार नव्हते. संकट संपलं असं वाटेपर्यंत पुन्हा हिंसेचा आगडोंब उसळला.

रात्री ८ वाजता बेलफास्टच्या स्प्रिंगफील्डरोडवर मॅकीजच्या कारखान्यावर ३ पेट्रोल बॉंब फेकले गेले. पण सुदैवानं हानी झाली नाही. पण सुरक्षादलाच्या अपुऱ्या पडत असलेल्या यंत्रणेला तिथे पोचायला वेळ लागला.

त्याच वेळी बेलफास्टच्या प्रोटेस्टंट भागात एक व्हॅन चोरीला गेली. तिच्या ड्रायव्हरनं जाता जाता आत बॉंब असल्याचं एका पादचाऱ्याला सांगितलं. पण स्फोट न झाल्यामुळे सुरक्षा दलांना पाचारण केलं गेलं. त्यांनी एका नियंत्रित स्फोटानं ती व्हॅन उडवली पण आत बॉंबच नव्हता.

रात्री ८ वाजून १७ मिनिटांनी व्हिलेज इन पबमध्ये काही शस्त्रधारी इसम घुसले. त्यांनी पिस्तुल रोखून तिथल्या १५ जणांना हुसकावून लावलं आणि पत्र्याच्या डब्यात असलेला १० पौंडी बॉंब बारजवळ ठेवत असल्याचं सांगितलं.

नंतर ते एका चोरलेल्या गाडीतून पसार झाले. पाचच मिनिटांनी मोठा स्फोट होऊन पब उद्ध्वस्त झाला. पण हानी टळली.

रात्री १० नंतर एक चोरलेली गाडी आरयूसीच्या बेलेक स्टेशनजवळ उभी राहिली. आतल्या तिघांनी धूम ठोकली. लष्कराच्या तज्ज्ञ पथकानं अंदाज केला की आत एक प्रचंड बॉंब असावा. पोलिसांनी बंदोबस्त वाढवला. तिथून ४०० यार्डाच्या परिसरातील नागरिकांना सुरक्षेसाठी दूर जायला सांगितलं. नंतर लष्करानंच एक नियंत्रित स्फोट करून ती गाडी उडवून दिली. आत ३०० पौंडी बॉंब होता. त्याचा स्फोट झाला असता तर जबर हानी झाली असती.

आरयूसी स्टेशन बचावलं. पण थोड्या वेळानं जवळच्याच एका गॅरेजमध्ये ३ सशस्त्र माणसं शिरली. त्यांनी तिथल्या कर्मचाऱ्यांना धमकावून बांधून ठेवलं आणि तिथलीच एक गाडी घेऊन पसार झाले.

लिफोर्ड रोडच्या लष्करी चौकीतल्या जवानांनी रात्री १०-२५ ला एकाला ओरडून इशारा देताना ऐकलं. तो माणूस म्हणाला की बॉंब असलेली गाडी तिथे उभी करण्याचा त्याला हुकूम मिळालाय. पण बॉंबविरोधी पथक तिथे पोचेपर्यंत उशीर झाला होता. गाडीतल्या २०० पौंडी बॉंबचा स्फोट होऊन चौकीचं प्रचंड नुकसान झालं आणि त्या गाडीच्या चिंधड्या उडाल्या. ह्या माणसानं सांगितलं की त्याला ती गाडी तिथे उभी करून पळून जायला सांगितलं गेलं होतं. त्या घटनेचा धक्का बसल्यामुळे एका महिलेला हॉस्पिटलमध्ये न्यावं लागलं. पण कुणाला इजा झाली नाही.

त्यानंतर अर्ध्याच तासानी, ११ वाजता एक दुकानदार आपलं किराणा दुकान बंद करत होता. तेवढ्यात कोपऱ्यावर एका गाडीचा वेग मंदावला. आतल्या तरुणांपैकी एकानं एक बॉंब आत भिरकावला. आतले लोक धोका ओळखून झटकन रस्त्यावर आले. काही सेकंदातच स्फोट होऊन दुकान ज्वालांनी वेढलं गेलं. तो ५ पौंडी बॉंब असल्याचं निष्पन्न झालं.

रात्री ११ वाजून १० मिनिटांनी क्लोन्स रोडवरच्या कस्टम इमारतीत स्फोट झाला आणि संपूर्ण इमारत आगीच्या भक्ष्यस्थानी पडली.

त्या रात्री आणखीही स्फोट झाले. मलागडफच्या कस्टम चौकीची स्फोटामुळे मोडतोड झाली. पण कुणी जखमी झालं नाही. नंतर लिस्नेस्केनच्या मेनस्ट्रीटवर 'टॉट्स अँड टीन' नावाच्या ब्यूटी पार्लरमध्ये एक स्फोट झाला पहाटेच्या सुमाराला काही अज्ञात बंदूकधाऱ्यांनी एका चौकीजवळ सैनिकांवर गोळीबार केला. पण सर्वजण बचावले.

त्या रात्रीपर्यंत बेलफास्टमध्ये आगीचं थैमान सुरू झालं. उद्योगधंदे, इमारती, मालमत्ता ह्यांचं अभूतपूर्व नुकसान झालं. पण जीवितहानी झाली नाही हा चमत्कारच

म्हणावा लागेल.

आणि ज्या मुलीवर मी जिवापाड प्रेम करत होतो, तिचा ह्या कृत्यांना पाठिंबा होता हे वास्तव मला स्वीकारणं भाग होतं. ह्या दहशतवाद्यांनी तिच्यावर कोणती जादू केली होती? कशासाठी ती लोकांची घरंदारं आणि आयुष्यं उद्ध्वस्त करायला निघाली होती? आणि सर्वात अनाकलनीय गोष्ट म्हणजे अशा सैतानी कृत्यासाठी तयार असलेल्या मायरीडमध्ये मन अजूनही गुंतलं होतं.

दुसऱ्या दिवशी सकाळी मी लांबवर रनिंग करून आलो. आल्यावर जिममध्ये कसून व्यायाम केला. आता मला आयुष्याची गाडी रुळावर आणायची होती. मी २८ वर्षांचा होतो. पॅराजमध्ये माझी अनेक वर्षं गेली होती. मला नवीन आयुष्य खुणावत होतं. खूप दिवसांची माझी एसएएस (स्पेशल एअर सर्व्हिस) मध्ये प्रवेश घेण्याची इच्छा होती. एसएएस ही ब्रिटिश लष्करातली सर्वात प्रशिक्षित आणि कसलेल्या योद्ध्यांची तुकडी मानली जात असे. पॅराशूट रेजिमेंटमधले शेकडो सैनिक एसएएस मध्ये सामील होण्यासाठी उत्सुक असत. त्यातले काहीजण निवडले जात. पण त्याहून कितीतरी जास्तजण नापास होत असत. त्यामुळे पॅराज आणि एसएएस ह्यांच्यात एक स्पर्धा निर्माण झाली होती. आम्ही ब्रिटिश लष्करातले सर्वात कडवे सैनिक आहोत असं पॅराजचं म्हणणं होतं. मात्र एसएएसच्या दृष्टीनं ही स्पर्धा होऊच शकत नव्हती. पराकोटीची शारीरिक तंदुरुस्ती, चिवटपणा आणि धैर्य ही एसएएसची वैशिष्ट्यं होती. आणि त्यांचा दर्जा सिद्ध करण्यासाठी त्यांना वारंवार संधीही मिळत असे.

ह्या इच्छेमागे आणखीही एक कारण होतं. माझी उत्तर आयर्लंडपासून लांब कुठेतरी नेमणूक झाली असती. मी मायरीडला विसरू शकलो असतो. अर्थात एसएएसच्या तुकडीला सीमेवर तैनात केलं जात असे. पण निदान बेलफास्टच्या रस्त्यावर दिवसरात्र गस्त तरी घालावी लागली नसती. तिथल्या फॉल्स किंवा इतर भागात मी मायरीडबरोबर भटकलो होतो. अशक्य असूनही तिला विसरण्याचा प्रयत्न करणं मात्र भाग होतं. एरवी मायरीडसारखी मुलगी मिळणं अशक्य हेच मनात पक्कं होत गेलं असतं.

पुढचे तीन महिने मी फिटनेससाठी वेड्यासारखी मेहनत केली. एसएएसच्या चाचणीत नापास झालेल्या सहकाऱ्याकडे चौकशी केली. सर्वांनी मला एक गोष्ट ठासून सांगितली. ती म्हणजे मी आधी जितका तंदुरुस्त असेन तितकी निवड होण्याची शक्यता जास्त. कोणत्याही परिस्थितीत हिंमत हरायची नाही असं त्यांनी सांगितलं. कारण तिथले प्रशिक्षक तुमचं मनोबल खच्ची करण्याचा आटोकाट प्रयत्न करतात आणि जर सैनिकानं हार मानली तर त्याची रवानगी पूर्वीच्याच विभागात होते आणि एसएएस प्रवेशाचं स्वप्न कायमचं विरून जातं.

हे सगळं ऐकल्यावर माझा निर्धार जास्तच पक्का झाला आणि मी खरंच पास झालो.

हे चाचणी प्रशिक्षण माझ्या अपेक्षेपेक्षा खूपच खडतर होतं. पुढचे ३ आठवडे मी जणू नरकयातना भोगत होतो. पण ह्या दिव्यातून पार पडल्यावर मात्र माझ्या अंगावर मूठभर मांस चढलं. सैनिकाच्या आयुष्यातली सर्वात कठोर परीक्षा मी पार केली होती.

त्यापुढचं १४ आठवड्यांचं प्रशिक्षण म्हणजे तर इच्छाशक्ती आणि स्टॅमिना ह्यांची सत्त्वपरीक्षाच होती. पण तो एक थरारक अनुभवसुद्धा होता. पराकोटीची शिस्त आणि तंदुरुस्तीची गरज होती. थोडी जरी ढिलाई दिसली तरी अखेरच्या टप्प्यातही डच्चू मिळण्याची भीती होती. पण मी त्यातल्या प्रत्येक क्षणाचा आनंद घेतला आणि जेव्हा मला एसएएसचा बॅज आणि खास टोपी मिळाली तेव्हा माझ्या आनंदाला पारावार उरला नाही.

माझी पहिलीच नेमणूक उत्तर आणि दक्षिण आयर्लंडच्या सीमेवर झाली. पण ह्या आणि पूर्वीच्या कामात जमीन अस्मानाचा फरक होता. तिथल्या स्थानिक आयआरएनं आमचं चांगलंच 'स्वागत' केलं. गेल्यावर दुसऱ्याच दिवशी आम्ही बारमध्ये ड्रिंक घेत बसलो होतो. तेवढ्यात एकच गोंधळ उडाला. आमच्या आजूबाजूला तोफगोळे बरसू लागले. काही तरुण सैनिक बारच्या बाहेर पळाले.

'मूर्खांनो, शिस्तीत चाला.' आमचा सार्जंट मेजर गरजला. ह्या तोफा आमच्यापासून अंदाजे २०० यार्डांवर होत्या. पण बाँब मात्र गावठीच होते. त्यांना लष्कराच्या शस्त्रांचा दर्जा नव्हता.

मी माझी हँडगन आणि रायफल उचलली आणि बाहेर धावलो. तोपर्यंत एक झगझगीत प्रकाशझोत आजूबाजूच्या परिसरात फिरू लागला. आमच्याकडून गोळीबार सुरू झाल्यावर पंधरा मिनिटांत अतिरेकी पळून गेले. त्यांच्या मागावर लगेच एक हेलिकॉप्टर गेलं पण कुणीही सापडलं नाही.

पण तिथे राहणं ही सहल निश्चित नव्हती. रोज सकाळी आम्ही आजूबाजूचे रस्ते पिंजून काढत असू. तारा, सापळे किंवा सुरूंग असल्याचा संशय जरी आला तरी बाँबविरोधी पथक तिथे धाव घेत असे.

आम्ही ५-६ जणांच्या गटाने जात होतो. कधी व्हॅनमधून, कधी हेलिकॉप्टरनं तर कधी पायी. आयआरएच्या गस्ती पथकाला रोखणं आणि जमलं तर त्यांना ताब्यात घेणं ही आमची कामं होती. आम्ही त्या बोचऱ्या थंडीपावसात सतत ४८ तास गस्त घालत असू. आम्हाला मशीनगन्स, हँडगन्स वगैरे चार प्रकारची शस्त्रं बाळगावी लागत. आम्ही आळीपाळीनं विश्रांती घ्यायचो. पण त्या ४८ तासात आम्हाला प्रत्येकी २ तास विश्रांती मिळत असे. आमच्या अशा ५० फेऱ्या झाल्या.

पण एकही चकमक उडाली नाही. अर्थात आयआरएचे लोक मूर्ख नव्हते. एसएएससमोर आपला पाडाव लागणार नाही ह्यांची त्यांना पक्की जाणीव होती.

एकदा आम्हाला खबर मिळाली की आयआरएचा १३ जणांचा गट सीमा ओलांडून येणार आहे. लगेच एक हेलिकॉप्टर टेहळणीसाठी पाठवलं गेलं. त्यांना ती माणसं दिसली. बंडखोरांनी हेलिकॉप्टरच्या दिशेनं गोळीबार सुरू केला आणि ते वेगवेगळ्या दिशेनं पसार झाले. प्रत्यक्ष लढाईत भाग घ्यायला मिळाला नाही म्हणून आम्ही नाराज झालो. पण ती संधी लवकरच मिळाली.

जून १९७८ मध्ये माझी उत्तर आयर्लंडमध्ये नेमणूक झाली. गुप्तहेरांनी खबर आणली की आयआरएची संपर्क आणि दूरसंचार यंत्रणा उद्ध्वस्त करण्याचा डाव आहे. त्यांची नजर आता व्यापारी संकुलांवर आणि सरकारी यंत्रणेकडे वळली होती.

बेलफास्टच्या उत्तर भागात पेट्रोलचा मोठा साठा असलेला एक डेपो होता. हजारो गॅलन पेट्रोल तिथे साठवलं होतं. जर हा डेपो उडविण्यात त्यांना यश आलं असतं तर खूप मोठी हानी होणार होती.

आमचं चार जणांचं गस्ती पथक तयार झालं. त्या डेपोच्या कंपाउंडबाहेर आम्ही एक चौकी उभारली. तिथून दोन्ही बाजूंकडे लक्ष ठेवता येत असे. जर हल्ला झाला आणि एखाद्या टाकीनं पेट घेतला तर मैलाच्या परिसरातल्या लोकांच्या जीवाला धोका होता. असेच सहा-सात दिवस गेले. मग एका मध्यरात्री आम्हाला तीन-चार माणसं बाजूच्या गल्लीत चालताना दिसली. त्यांच्याजवळ जड बॅग्ज होत्या. ते एखाद्या सिनेमाच्या सेटवर असल्यासारखे वागत होते. त्यांच्या जड बुटांचा डांबरी रस्त्यावर आवाज येत होता. त्यातल्या एकानं कंपाउंडजवळ थांबून एक जड सॅक आत भिरकावली. माझी माझ्या सहकाऱ्यांबरोबर नजरानजर झाली. त्यांनी हळूच मान डोलावली. हे लोक हल्लेखोर असल्याची आमची खात्री पटली. पण त्यांची एकूण वागणूक बिनधास्त होती. त्यात चोरटेपणा कुठेही नव्हता.

त्यातल्या एकानं सर्व पिशव्या जमिनीवर ठेवल्या. दुसऱ्यानं भली मोठी कैची काढली आणि तो कुंपणाच्या तारा कापू लागला. ते चांगलंच वेळखाऊ काम होतं. आम्हालाही वेळ मिळाला. आम्ही त्या इमारतीला वळसा घालून त्यांच्यामागे पन्नास यार्डांवर पोचलो. ते चौघंही तिथेच होते. दोघंजण तारा कापत होते. तर दुसरे दोघं बाँबची जुळणी करत होते. आम्ही थोडे पांगलो. एकजण थोडा लांब गेला. कारण त्याला रेडिओवरून मुख्यालयाला खबर द्यायची होती.

तेवढ्यात अचानक एक व्हॅन वेगानं येऊन आमच्यापासून २०० यार्डांवर थांबली. आम्ही जागच्या जागी थिजलो. आधी आम्हाला वाटलं की हा आयआरएच्या कारवाईचा भाग असावा. पण दहाच सेकंदात ती व्हॅन आली तशीच वेगानं निघून गेली. आम्ही नि:श्वास सोडला. पण ते हल्लेखोर हादरलेले दिसले. आता मात्र मी

पुढे होऊन त्यांना भिडायचं ठरवलं. आम्ही त्यांच्यापासून अवघ्या २० यार्डांवर होतो. तेवढ्यात त्यातल्या एकानं आमच्या दिशेनं पाहिलं. आम्ही स्तब्ध झालो. पण आम्ही पूर्ण तयारीत होतो. हातातल्या मशीनगन्स सज्ज होत्या.

'थांबा.' मी ओरडलो, 'आम्ही सैनिक आहोत.'

त्यांनी आमच्याकडे पाहिलं. त्यातल्या तिघांनी वळून धूम ठोकली. एकजण मात्र पिस्तूल काढू लागला.

'फायर.' मी ओरडलो. क्षणार्धात आमच्या मशीनगन्स आग ओकू लागल्या. अतिरेक्यांच्या दिशेनं गोळ्यांचा वर्षाव सुरू झाला. त्या चौघांना पळता भुई थोडी झाली. जो सर्वात लांब होता तो निसटला. बाकीचे तिघे गारद झाले. एकजण आमच्यातल्याच एका सैनिकाच्या दिशेनं धावत होता. दुर्दैवानं आमच्या सहकाऱ्याची रायफल बिघडली. पण त्यानं प्रसंगावधान राखून बंदुकीच्या दस्त्याचा जोरदार तडाखा लगावून अतिरेक्याची मान मोडली. ते ठार झाल्याची आम्ही खात्री करेपर्यंत लष्कराच्या आणि पोलिसांच्या अनेक गाड्या तिथे दाखल झाल्या.

"दूर व्हा." मी ओरडलो, "सगळ्यांना सुरक्षित ठिकाणी हलवा. इथे जिवंत बॉंब आहे."

"सगळे ठीक आहेत?" कुणीतरी विचारलं.

"हो." मी म्हणालो, "एक हरामखोर निसटला पण बाकीच्या तिघांना मात्र आम्ही टिपलं."

पुढची कारवाई आम्ही पोलिसांवर सोपवली. पळून गेलेला हल्लेखोर जवळच्याच इमारतीत शिरला होता. त्यानं अनेक घरांचे दरवाजे ठोठावले पण त्याला कोणीच आत घेतलं नाही. शेवटी भिंतीवरून उडी मारून तो फॉल्स रोडच्या दिशेनं पळाला.

लष्कराच्या बॉंबशोधक पथकानं त्या बॅग्ज तपासल्या. सर्वांना दूर पाठवलं. ते खूपच शक्तिशाली बॉंब होते. आणि त्यांचा स्फोट निवृत्त झालेल्या लोकांच्या घरापासून फक्त २० यार्डांवर करण्याचा अतिरेक्यांचा डाव होता. अखेर तज्ज्ञांनी ते बॉंब निकामी केले. मात्र आयआरएच्या कृत्यानं तिथले रहिवासी चांगलेच संतापले. एक महिला म्हणाली, 'जर पेट्रोलच्या टाक्यांनी पेट घेतला असता तर आमची धडगत नव्हती. आणि प्रोव्होजचा तोच उद्देश होता. ते बॉंब पेट्रोलच्या डब्यांना बांधले होते."

दुर्दैवानं एका निरपराध माणसाला हकनाक प्राणाला मुकावं लागलं. भिंतीला लागून उडालेल्या एका गोळीनं त्याचा बळी घेतला. बिली हॅना हे त्याचं नाव होतं. अशाच प्रकारे आणखी एका माणसाच्या दंडाला गोळी लागली. प्रोव्होजचे तीन अतिरेकी ठार झाले. विल्यम जॉन 'जॅक' मीली, डेनिस ब्राऊन आणि जेम्स मलव्हेना हे तिघंही २८ वर्षांचे विवाहित तरुण होते.

प्रोव्होजच्या पुढाऱ्यांनी मात्र वेगळाच पवित्रा घेतला. त्यांनी अधिकृत बातमीच्या खरेपणालाच आव्हान दिलं. त्यांच्या मते हे त्यांचे स्वयंसेवक होते. ते नि:शस्त्र असल्यामुळे लष्कराचा मुकाबला करूच शकत नव्हते. शरण येण्यावाचून त्यांच्यापुढे पर्याय नव्हता.

निवेदनात पुढे म्हटलं होतं, 'ह्या लोकांना ताब्यात घेतल्यावर त्यांना सरळ गोळ्या घालण्यात आल्या. ब्रिटिश लष्करानं थोडीही दयामाया किंवा माणुसकी दाखवली नव्हती. त्या तिघांच्या शरीरावर गोळ्यांच्या असंख्य जखमा होत्या.'

लष्कराच्या मतानुसार त्यांनी नियम पाळले होते. प्राणघातक शस्त्र बाळगणाऱ्याला इशारा देऊनही एखादा थांबला नाही तर त्याला गोळी घालण्याचे अधिकार सैन्याला होते. आणि अशी व्यक्ती सार्वजनिक मालमत्तेचं नुकसान करत असली तर तिला गोळ्या घालण्याचे सैन्याला आदेश होते.

छावणीत परतल्यावर सकाळी आम्ही पोटभर नाश्ता केला. आम्ही जणू विजयोत्सव साजरा करत होतो. आमच्या कारवाईमुळे फार मोठी हानी टळली होती. जर त्या पेट्रोल डेपोला आग लागली असती तर एक चौरस मैलाचा परिसर बेचिराख झाला असता. अनेक निरपराध माणसं होरपळून निघाली असती. त्या रात्री बारमध्ये आम्ही मनसोक्त मद्यपान केलं. पण त्याचं कारण इतर सैनिकांना कळलंच नाही.

ह्या काही वर्षांत मला अधूनमधून प्रशिक्षणात भाग घ्यावा लागत असे. आमची रवानगी नॉर्डिक देशात केली जाई. तिथली गोठवणारी थंडी, बर्फाळ प्रदेश आणि शून्याहून कमी तापमानाचा सामना करत आम्ही स्कीइंग, पॅराशूटिंग आणि युद्धाचा सराव करत होतो. जर उद्या सोव्हिएट युनियनशी सामना झालाच तर शत्रूच्या पिछाडीवर हल्ला करण्याचं हे प्रशिक्षण होतं.

अर्थात, ह्या खडतर आयुष्याचे काही फायदेही होते. स्कीईंगचा आनंद, नयनरम्य देखावे आणि क्वचित प्रसंगी सुंदर तरुणींची भेट. पण एखाद्या मुलीचा सहवास मिळालाच तरी मायरीड मनातून जात नव्हती. तिच्या तुरुंगवासाचे दिवस मी मोजत होतो. सुटका झाल्यावर ती पूर्वीसारखीच आनंदी आणि निरागस असेल का असा विचार येत होता.

एप्रिल १९८२ मध्ये आम्हाला फॉकलंड बेटांच्या नकाशाचा अभ्यास करायला सांगितला गेला. तिथे कारवाई होणार याची आम्हाला कुणकुण होतीच. पण एक छोटेखानी युद्ध होईल ह्याची मात्र कल्पना नव्हती. एकूण योजना अशी होती : एसएएसनं छुपेपणानं गाजावाजा न करता त्या बेटांचा कब्जा घ्यायचा आणि नंतर

परराष्ट्र कचेरीनं एक निवेदन जारी करायचं की फॉकलंड बेटांवर अर्जेंटिनाच्या सैनिकांनी चौक्या उभारल्या होत्या. त्यांचं 'मन वळवून' त्यांना मायदेशी पाठवलं गेलं आणि तिथल्या रहिवाशांचं आयुष्य पूर्वपदावर आलं. त्यानंतर अनेक महिन्यांनी सत्य बाहेर आलं. रात्रीच्या काळोखात धक्का तंत्राचा वापर करून एसएएसनं अर्जेंटिनी सैन्यावर झडप घातली आणि एका जोरदार धुमश्चक्रीनंतर बेटाचा ताबा मिळवला. सगळे शत्रू ठार झालेल्या सहकाऱ्यांना सोडून विमानानं घरी परतले. एसएएसचे मात्र एकदोनच जवान कामी आले. जरी ते अपघातात ठार झाल्याचं भासवलं गेलं तरी त्यांच्या कुटुंबियांना आणि आम्हाला अंदरकी बात कळलीच.

पण पुढे मात्र वेगळंच घडणार होतं.

आम्हाला जवळच असलेल्या असेन्शन बेटांवर आणलं गेलं. फॉकलंडच्या कारवाईसाठी सज्ज राहण्याचे आदेश मिळाले. तिथं पाऊस आणि बोचऱ्या थंडीचा सामना करावा लागणार होता. आम्हाला कळलं की तिथून जवळच असलेल्या साऊथ जॉर्जिया बेटांवर आमच्या सहकाऱ्यांनी कब्जा मिळवला. तिथे सुमारे दोनशे अर्जेंटिनी सैनिक होते. पण फक्त ७५ एसएएस आणि मरीन्सनी विद्युत वेगानं कारवाई करून त्यांना गारद केलं. फॉकलंडवर हेच घडावं अशी आमची अपेक्षा होती.

असेन्शन बेटावरून आम्ही एचएमएस हर्मिस ह्या विमानवाहू जहाजावरून दक्षिणेला निघालो. ह्या प्रवासातच आम्ही उच्च दर्जाची जमिनीवरून आकाशात मारा करणारी स्टिंगर क्षेपणास्त्रं वापरायला शिकलो. त्याचवेळी मशीनगन्सचा आणि रणगाडा विरोधी क्षेपणास्त्रांचा भरपूर सराव केला. सोबतीला भरपूर व्यायाम आणि पौष्टिक अन्न. खरोखर नौदलानं आमचे खूप लाड केले.

पण ही काही सहल नव्हती. तरीही काहीजण पत्नीला किंवा मैत्रिणीला पत्र लिहीत असत. आमच्यापैकी काहीजण कधीच परतणार नव्हते. जर लढाईत मला प्राण गमवावे लागले तर मायरीडवरचं प्रेम व्यक्त करण्यासाठी तिला पत्र लिहावं असं मला वाटलं. पण अखेर विवेकाचा विजय झाला आणि मी तो स्वार्थी विचार सोडला. मात्र माझ्या आईवडिलांना आणि आजोबांना पत्र लिहिली. फॉकलंडची लढाई जोरदार होणार ह्याची मी त्यांना स्पष्ट शब्दांत जाणीव करून दिली.

आम्ही समुद्रमार्गानं दक्षिणेकडे निघालो. हवामान झपाट्यानं बदललं. पाऊस आणि कडाक्याची थंडी सुरू झाली. आता पुढचे अनेक आठवडे ह्याच वातावरणात काढायचे होते. एका सी किंग हेलिकॉप्टरनं आम्हा चौघांच्या तुकडीला रात्रीच्या अंधारात फॉकलंड बेटावर उतरवलं गेलं. डार्विन आणि गुड ग्रीनच्या पूर्वेला काही मैल. आमचे आदेश स्पष्ट होते. मुख्य ठाण्याकडे कूच करायचं आणि शत्रूची छावणी दिसली तर टेहळणी नाका उभा करायचा.

आम्ही उतरताक्षणी सी-किंग हेलिकॉप्टरनं लगेच उड्डाण केलं आणि ते हर्मिसकडे झेपावलं. पुढची १५ मिनिटं आम्ही स्तब्धपणे पडून राहिलो. आता आम्ही पूर्ण एकाकी होतो. आम्हाला सर्वांत जवळ असलेले ब्रिटिश सैनिक ३००० मैलांवरच्या असेन्शन बेटांवर होते. आता शत्रूची गाठ पडलीच तर मदतीला कोणीही येणार नव्हतं. आमच्या रायफली आणि मशीनगन्स हीच शस्त्रं होती. एखाद्या अर्धवट प्रशिक्षित सैन्याच्या तुकडीनंही आमचा सहज खातमा केला असता. आता ह्या भयानक स्थितीत किती दिवस काढावे लागणार आहेत हा विचार मनात घोळत होता.

"सर्वजण ओके?" मी दबक्या आवाजानं विचारलं.

"ओके." माझे सहकारी कुजबुजले.

टॉम, बुशी आणि गमत्या ॲलन हे तिघं माझ्या जवळच होते. "ही खरीखुरी कारवाई आहे, रंगीत तालीम नाही हे लक्षात ठेवा." मी बजावलं.

"बरोबर." ॲलन म्हणाला, "चला निघू या."

आमच्यापाशी असलेला प्रचंड ऐवज घेऊन चालणं म्हणजे एक दिव्यच होतं. पुढची वाटचाल खडतर होती. पाऊस जरी थांबलेला असला तरी जमीन नरम आणि ओलसर होती. ह्या भयानक वातावरणात आम्हाला २० मैल अंतर कापायचं होतं. रात्रीचा काळोख हेच आमचं कवच होतं. कधी शत्रूशी गाठ पडेल ह्याचा नेम नव्हता. पण खरी मोठी भीती होती ती भू सुरुंगांची. गुप्तचर खात्यानं आम्हाला इशारा दिला होता की अर्जेंटिनी सैन्यानं हजारो भूसुरुंग जमिनीत पेरले आहेत. आम्ही निघालो.

आमच्या अंगावर वातावरणात मिळून जातील असे कॅमोफ्लाज कपडे होते. एक रायफल, काडतुसांच्या ८ पेट्या, ६ हातबाँब, ९ मि.मि. ब्राऊनिंग हॅंडगन, मशीनगन, थोडं अन्न, प्रथमोपचार सामान आणि झोपण्यासाठी कापडी बॅग. एवढा प्रचंड ऐवज मी अंगावर बाळगून होतो. इतरांजवळही थोड्याफार फरकानं हेच सामान होतं. कुणाजवळ रेडिओ संच तर कुणाजवळ बॅटरी. ह्या सर्वांचं वजन सुमारे ११० पौंड होतं.

सूर्योदयाच्या आत आम्हाला लपण्यासाठी जागा शोधायची होती. तो प्रदेश जणू एखाद्या बिलियर्ड टेबलासारखा सपाट होता. झाडंझुडपं, खाचखळगे - कोणताही नैसर्गिक आडोसा मिळणं अवघड होतं. अर्जेंटिनी टेहळणी नाकी, सतत घिरट्या घालणारी हेलिकॉप्टर्स ह्यांनी आम्हाला कधीच टिपलं असतं. रात्रीच्या दमछाकीनंतर दिवसभरासाठी आडोसा तयार करणं त्रासदायक होतं. भरीस भर म्हणजे ओल्या गवताखालची जमीन चांगलीच टणक होती.

शेवटी आम्ही प्रत्येकासाठी एक माणूस झोपू शकेल एवढ्या आकाराचे १-१॥ फूट खोल खड्डे तयार केले. दिवसभरासाठी ती जणू आमची शवपेटीच होती.

आम्ही आमच्याजवळच्या वायरच्या जाळ्या तयार केल्या. त्यात गवत आणि पानं अडकवून आच्छादनं तयार केली. हे सगळं करताना जमीन उकरलेली दिसणार नाही ह्याचीही खबरदारी घ्यावी लागत होती. टेहळणी विमानांना थोडा जरी संशय आला असता तरी क्षणार्धात आमची चाळण झाली असती.

पहिल्या दिवसापासून आम्ही चिंब भिजलो होतो. दिवसभर प्रेतासारखं निश्चल पडून राहावं लागे. थोडी जरी डुलकी लागली तरी थंडीनं हुडहुडी भरून जाग येत असे. प्रत्येकाचे खड्डे एकमेकांपासून ३-४ फूट अंतरावर असत. पण मान वर करून बोलायचीही सोय नसे.

जवळजवळ दोन आठवडे हाच क्रम चालू होता. आत्यंतिक मानसिक ताणामुळे आम्हाला पावलांचे आवाज ऐकल्याचे भास होत असत. पण सुदैवानं तसं काही घडलं नाही. अर्जेंटिनी सैनिकांनी बचावात्मक पवित्रा घेतला असावा. त्यांनाही धोका पत्करायचा नव्हता.

एकदा मात्र आम्ही थोडक्यात बचावलो. रात्रीच्या गडद अंधारात आम्हाला एक अर्जेंटिनी छावणी दिसली. आम्ही किंचित जवळ सरकलो. तेवढ्यात आम्हाला एका वाहनाची घरघर ऐकू आली.

"ऐकू येतंय?" मी कुजबुजलो.

माझ्या सहकाऱ्यांनी मला हळून पायांनी ढोसलं. हा होकारात्मक प्रतिसाद होता.

"काही दिसतंय?"

शांतता. म्हणजेच नकार.

"बंदुका तयार?" पुन्हा तीन लाथा.

जर ती जीप जवळ आली असती तर हल्ला करण्याशिवाय पर्याय नव्हता. पण आमच्या नंतर लक्षात आलं की ती जीप नसून हेलिकॉप्टर होतं. एक-दोन घिरट्या घालून ते दिसेनासं झालं.

आम्ही सुटकेचा निःश्वास सोडला.

"नशीब लवकर गेलं," बुशी म्हणाला, "मी स्वत:ला मुडदाच समजायला लागलो होतो."

"माझे तर हात शिवशिवत होते," टॉम म्हणाला, "असं उंदरासारखं जगायचा कंटाळा आलाय्."

"लवकरच संधी मिळेल तुला." बुशी.

"बरं होईल. हा सगळा दारुगोळा अंगावर बाळगायचा म्हणजे वैतागच आहे."

शेवटी मी त्यांना चूप केलं.

कधी एकदा संध्याकाळ होते असं आम्हाला व्हायचं. पूर्ण अंधार पडायच्या

आतच आमची चुळबुळ सुरू व्हायची. निदान गोठलेल्या हातापायात ऊब यावी हा प्रयत्न. आता मात्र अंगावरचा ११० पौंडी बोजा टनासारखा भासू लागला. गरम अन्न तर दूरच पण शेकोटी पेटवायचीही सोय नव्हती. आमच्याजवळ डब्यात चवळी, स्पॅगेटी, बिस्किटं, केक, चॉकलेट, चीज एवढं अन्न होतं. तेही संपू लागलं तसं आम्ही अर्धपोटी राहू लागलो. कधीकधी तर मी कोको पावडरमध्ये बोटं बुडवून ती चाटत असे. आमची शारीरिक शक्ती झपाट्यानं आटू लागली. केवळ आमचं कठोर प्रशिक्षण आणि मनोबल ह्या जोरावर आमची वाटचाल होऊ लागली. आमची शरीरं थंड पडण्याचा धोका निर्माण झाला. जर एखादा खरोखर आडवा झाला असता तर त्याच्यासाठी हेलिकॉप्टर मागवण्याशिवाय गत्यंतर नव्हतं. एवढ्या कठोर श्रमांनी एखाद्या सुपरफिट एसएएस सैनिकानंही हार मानली असती. पण आमच्या कुणाच्याही मनात तो विचार आला नाही. एकमेकांना मदत करत, धीर देत आम्ही पुढे जात राहिलो. शत्रूच्या गोटातील गुप्तमाहिती अचूकपणे काढून ती हेडक्वार्टरला कळवणं ही अत्यंत महत्त्वाची कामगिरी आम्हाला पार पाडायची होती. त्यामुळे आमच्या सैन्याला फॉकलंडवर कारवाई करणं सोपं होणार होतं.

आम्ही दिवसभर आमच्या 'शवपेटिकेत' पडून राहायचो. मधूनच घिरट्या घालणारी हेलिकॉप्टर्स आणि पकारा विमानं दिसायची. पण माझ्या नजरेसमोर फक्त मायरीड असायची. आता बेलफास्टमध्ये किती वाजले असतील, ती तुरुंगात काय करत असेल हे विचार मनात रुंजी घालायचे. तिला माझी आठवण येत असेल का? मी कुठेतरी जर्मनी किंवा स्कॉटलंडमध्ये वेल्डिंगच्या कामावर असेन असं तिला वाटत असेल. ह्या विचारानं मला हसू यायचं. पण ह्या गोठवणाऱ्या थंडीतही आमच्या धुंद सहवासाच्या आठवणी जात नव्हत्या.

माझं विचारचक्र तास न् तास सुरू असायचं. आम्हाला एकत्र काही भविष्य आहे का? इतक्या वर्षांच्या तुरुंगवासानंतर तिला काय वाटत असेल? ती जास्तच कट्टर झाली असेल का? तरीही एक दिवस हे सगळं सोडून ती माझ्याबरोबर इंग्लंडला येईल अशी वेडी आशा मी बाळगून होतो.

पण दरवेळी सत्याची जाणीव होऊन माझे पाय जमिनीवर येत. ती चारचौघात कधीही माझ्याशी बोलली नव्हती. माझं इंग्लिश असणं तिला मुळीच आवडत नसे. मी तिच्या घरी कधीही जायचं नाही अशी तिची सक्त ताकीद होती. पण आम्ही दोघंच असताना मात्र तिच्यात जादूची कांडी फिरल्यासारखा बदल व्हायचा. आणि ती एक बेभानपणे प्रेमात पडलेली हसरी, आनंदी मुलगी बनायची.

मध्येच गोठवणाऱ्या थंडीनं मी भानावर यायचो. गेले तीन आठवडे शत्रूला हुलकावणी देत आम्ही वाटचाल करत होतो. बारीकशी चूकही महागात पडली

असती. दर दिवशी लपण्यासाठी जागा शोधणं आणि शत्रूच्या छावण्या, चौक्यांची माहिती रेडिओनं हेडक्वार्टरला कळवत राहणं हा क्रम चालू होता.

शेवटच्या रात्री आम्ही डोंगर माथ्यावर आलो. तिथून सुमारे ३ मैल अंतरावर एका छावणीचे दिवे दिसू लागले. आम्ही हळूच मागे सरकलो. पण एक गोष्ट ठरवली की रात्री त्या बाजूच्या उतारावर एक बीळ तयार करायचं. म्हणजे तिथून त्यांच्या हालचाली दिसल्या असत्या.

ही कामगिरी झकास पार पडली. रात्री आम्ही उतारावर एक खोल खड्डा खणला. टॉम त्या खड्ड्यात लपला. आम्ही वायर आणि गवतानं त्याला झाकलं. अंधार पडल्यावर टॉम सरपटत आमच्याकडे आला. त्याच्या निरीक्षणाची इत्थंभूत माहिती दिली. त्या छावणीत अंदाजे ३०० सैनिक होते. काहीजण टेहळणी करत होते. काही बचावासाठी खंदक खणत होते. टॉमला त्याच्या दुर्बिणीतून पेट्रोलच्या टाक्या, लष्करी वाहनं आणि तीन हेलिकॉप्टर्सही दिसली. ही सर्व माहिती आम्ही हेडक्वार्टरला कळवली.

लवकरच आम्हाला पुढचे आदेश मिळाले. तिथेच थांबून त्यांना रसद कशी आणि किती मिळते हे शोधून काढायचं होतं. आळीपाळीनं आम्ही सतत डोळ्यांत तेल घालून पाहू लागलो. आकाश निरभ्र असलं की चंद्र प्रकाशात सर्व गोष्टी दिसायच्या पण त्याच प्रकाशाची भीती वाटायची. पण सुदैवानं त्यांचे सैनिक छावणी सोडून लांब आले नाहीत. आम्ही सगळी माहिती मोर्स कोड वापरून रेडिओनं वरिष्ठांना कळवली.

आता मात्र आम्ही टेकीला आलो होतो. ११० पौंड वजन वाहून न्यायचं आणि रात्री खड्ड्यात पडून राहायचं. अखेर आम्हाला एका सांकेतिक ठिकाणी येण्याचा आदेश मिळाला. तिथून आम्हाला हेलिकॉप्टरनं उचललं जाणार होतं. इतक्या दिवसांच्या कष्टानंतर अंगात त्राण उरलं नव्हतं. पायांना फोड आले होते. पण निघावं तर लागणारच होतं.

त्या पहाटेच्या सुमाराला ब्रिटिश तोफा त्या छावणीवर आग ओकू लागल्या. स्फोटांच्या आवाजानं आसमंत दुमदुमला. आम्ही मनोमन सुखावलो. आमच्या कष्टाचं चीज झालं होतं. त्या उत्साहातच आम्ही संकेतस्थळाकडे चालू लागलो.

तिथे पोचल्यावर अर्ध्या तासातच एका सी-किंग हेलिकॉप्टरनं आम्हाला उचलून घेतलं. आम्ही मुख्य नाविक तळावर आलो. उतरताक्षणी आम्ही आमच्या अंगावरची ओझी भिरकावून दिली. वरिष्ठांना आमच्या मोहिमेची इत्थंभूत माहिती दिली. नंतर जेवणावर आडवा हात मारावा म्हणून आम्ही मेसमध्ये गेलो. पण इतक्या दिवसांच्या उपासमारीनंतर आमची पोटं आक्रसली होती. आम्हाला अन्नच जाईना. पण तरीही गरम पाण्याची अंघोळ, दाढी आणि गरम कोको ह्यामुळे अंगात

पुन्हा चैतन्य संचारलं.

पण आम्ही सुखरूप परतल्याच्या आनंदावर एका दुर्घटनेमुळे विरजण पडलं.

१९ मेला हल्ल्याच्या दोन दिवस आधी. एका सी-किंग हेलिकॉप्टरनं उड्डाण केलं. 'हर्मिस' जहाजावरून 'इंट्रेपिड' ह्या नौकेवर काही सैनिकांना पोचवायचं होतं. प्रवास पाचच मिनिटांचा होता. पण दुर्दैवानं ते हेलिकॉप्टर समुद्रात कोसळलं आणि वीस सैनिकांना प्राणाला मुकावं लागलं. जे दहाजण बचावले ते सुदैवानं दिसलेल्या एका बोटीला धरून ३० मिनिटं तरंगत राहिले. इतकावेळ त्या बर्फाळलेल्या पाण्यात ते जिवंत राहिले हा चमत्कारच होता. बचतकार्याला आलेल्या हेलिकॉप्टर्सना ते दिसलेच नाहीत. योगायोगानं 'ब्रिलियंट' जहाजावरच्या एका हेलिकॉप्टरला ते दिसले. त्यांना उचलून घेतलं, तेव्हा गारठल्यामुळे ते जवळजवळ बेशुद्धच होते. आपल्याला कोणी, कसं वाचवलं हे त्यांना आठवतच नव्हतं.

अपघाताचं नेमकं कारण कुणालाच कळलं नाही. पण प्रचंड आकाराच्या पेट्रेल पक्षाची धडक बसली असावी असा निष्कर्ष काढला गेला.

ही बातमी ऐकून मी पूर्ण उद्ध्वस्त झालो. मृत्यूमुखी पडलेल्यांपैकी ५-६ जण माझे चांगले मित्र होते. आम्ही एकत्र काम केलं होतं. रात्ररात्र धमाल केली होती. इतक्या उत्तम सैनिकांचा हकनाक बळी जाणं ही नियतीनं केलेली क्रूर चेष्टाच होती.

स्टॅनलेवर युनियन जॅक फडकू लागला. पण तो आनंद साजरा करण्याच्या मन:स्थितीत कोणीच नव्हतं. आमच्या मनाची उभारीच नाहीशी झाली होती. प्रत्यक्ष युद्धात काहीजण कामी येणं अपेक्षित असतंच. पण विनाकारण इतके बळी जायला नको होते. लगेच घरी जाऊन त्यांच्या कुटुंबियांचं सांत्वन करावं असं आम्हाला वाटू लागलं.

साधारण तीन आठवड्यांनी अर्जेंटिनाच्या सैन्यानं शरणागती पत्करली. आम्ही हेलिकॉप्टरनं पोर्ट स्टॅनलेला गेलो. तिथे आम्हाला अर्जेंटिनी युद्धकैदी दिसले. त्यांची भयाण अवस्था पाहून आम्हीच उदास झालो. सैनिक कसले, विशीच्या आतली कोवळी मुलंच होती ती. खचलेली, भेदरलेली. खरंतर अशा अननुभवी आणि गोंधळलेल्या तरुणांचा पाडाव करण्यासाठी ब्रिटिश सैन्यातले सर्वात कडवे आणि कसलेले एसएएस चे सैनिक पाठवणं हेच अन्यायकारक वाटलं. आमचे डॉक्टर त्यांच्यावर उपचार करत होते. पण त्यांना घरी परतण्याची घाई झाली होती. युद्धाचा त्यांचा पहिलावहिला अनुभव काही फारसा सुखावह नव्हता.

आम्ही हर्क्युलस विमानाने ब्रिटनला परतलो. हियरफोर्डच्या ब्राईझ नॉर्टनला आमचं विमान उतरलं. घरी परतण्याचा आनंद होताच. पण छावणीतलं वातावरण उदासवाणं होतं. एसएएस नं आपली कामगिरी उत्तम प्रकारे पार पाडूनही जल्लोष झाला नाही. सहसा एसएएस च्या जवानांची मानसिकता काही सहकाऱ्यांचा मृत्यू

स्वीकारण्याची असते. कारण तो आमच्या कामाचाच भाग असतो. पण फॉकलंडची गोष्ट वेगळी होती. आमच्या पैकी प्रत्येकाच्या एका तरी मित्राचा त्या दुर्घटनेत बळी गेला होता.

आम्हाला साऊथ ॲटलांटिक मेडलसह अनेक शौर्यपदकं मिळाली. पण ह्या दुर्घटनेमुळे आम्हाला त्यात सुख नव्हतं. आमच्या सहकाऱ्यांचा मृत्यू स्वीकारण्यावाचून गत्यंतर नव्हतं. पण ते होतं कर्मकठीण.

सात

तिला बघितल्यावर मला मायरीडचीच आठवण झाली. तसेच काळे केस, सव्वा पाच फूट उंची आणि निरागस हास्य. तिला पाहताक्षणी माझ्या हृदयाचे ठोके वाढले. ती मायरीड इतकी गोड नव्हती. पण डोळ्यांत तशीच चमक होती. मी बेलफास्टच्या एका पबमध्ये दोन मित्रांबरोबर बिअर घेत उभा होतो. ती मित्रमैत्रिणींच्या घोळक्याबरोबर आत आली. ते सगळे बिअर पीत गप्पा मारू लागले.

किती विलक्षण योगायोग! मायरीड अशीच बेलफास्टच्या पबमध्ये भेटली होती आणि आम्ही प्रथमदर्शनीच प्रेमात पडलो होतो. काय करावं हा प्रश्न पडला. माझं मन मला तिथून निघून जायला सांगू लागलं. कारण तिच्याशी मैत्री करणं ही मायरीडच्या प्रेमाशी प्रतारणा ठरली असती.

'मूर्खपणा करू नकोस.' मी स्वत:ला समजावलं. मायरीडला तुरुंगातून सुटायला अजून ४ वर्षं होती. मी इथे दुसऱ्या मुलीकडे ओढला जात होतो. ती खरंच मायरीडची बहीण शोभली असती. मी पुन्हा तिच्याकडे पाहिलं. तिचा चेहरा, डोळे, केस सगळं मायरीडसारखं होतं. की हे फक्त माझ्या मनाचे खेळ होते?

तेवढ्यात ती उठून बाथरूमकडे गेली. ती मायरीडपेक्षा थोडी उंच आणि अंगानं भरलेली वाटली. पंचविशीची असावी. तीही मला तसंच शरीरसुख देईल का? पण असं मनात आल्यावर माझी मलाच लाज वाटली.

मी तिच्याशी बोलू धजलो नाही. सगळं काही देवाच्या हाती सोपवून मी बाहेर पडलो. पण पुढच्या आठवड्यात त्याचवेळी, त्याच पबमध्ये हजर झालो. पुन्हा ती

तिच्या घोळक्यात आली. बिअर घेत त्यांचा हास्यविनोद सुरू झाला. पण त्या ग्रुपमधल्या कोणत्याही एका मुलाबरोबर तिची खास मैत्री असल्याचं जाणवलं नाही. एकदा आमची नजरानजर झाली. आम्ही दोघंही पुसटसं हसलो.

तासाभरानं ती एकटीच उठली आणि बारच्या बाजूनं माझ्याकडे आली. ''हॅलो'' ती म्हणाली, ''कसा आहेस?''

मी काहीसा चकित झालो. ''मस्त! आणि तू?''

''छान.'' ती म्हणाली, ''गेल्या आठवड्यात तू मित्रांबरोबर होतास?'' ''बरोबर.'' मी तिच्यासाठीच आलेला तिनं ओळखल्यामुळे मी थोडा अस्वस्थ झालो.

''कोणाची वाट पाहतोयस का?''

''नाही. टाईमपास करतोय. ड्रिंक घेणार?''

''नको. पण थँक्स.'' ती म्हणाली, ''आज मी ग्रुपबरोबर आहे.''

''कधी इथे एकटी येतेस? इतर दिवशी?'' मी विचारलं.

''नाही. पण येऊ शकेन.'' ती माझ्या डोळ्यांत पाहात म्हणाली,

''उद्या?''

''ओके!'' ती म्हणाली ''ह्याचवेळी?''

'मी आठला पोचतो.''

''ओके बाय!'' असं म्हणून तिनं हात पुढे केला.

दुसऱ्या दिवशी सकाळी मी लांबवर रनिंग करून आलो. जिममध्ये कसून व्यायाम केला. दोरावरून चढण्याचा सराव, शेकडो दंड बैठका. त्या संध्याकाळी मला उत्साही आणि तंदुरुस्त रहायचं होतं. एवढी ऊर्जा बाहेर पडल्यावर मी रिलॅक्स होणार होतो. मायरीड सारखीच ह्या मुलीबरोबरही माझी जोडी जमणार असं मला जाणवलं. मात्र ही माझ्या गोड मायरीड पेक्षा चांगलीच धिटुकली आणि आक्रमक होती.

गेल्या सात वर्षांत मला कोणत्याही मुलीविषयी असं आकर्षण वाटलं नव्हतं. क्वचित थोडा रोमान्स किंवा एखादीबरोबर एका रात्रीची सोबत घडायची. पण मायरीड बद्दलच्या भावना वेगळ्याच होत्या. ह्या मुलीनं मात्र माझ्या भावना चाळवल्या होत्या. आणि ही संधी मला हातची जाऊ द्यायची नव्हती.

मी आठ वाजायच्या आतच 'फोर विंड्स' पबमध्ये हजर झालो. पण आत जाण्याआधी माझी सावध फौजी नजर चहूबाजूला भिरभिरली. एसएएसमुळे मी आणखी सावध झालो होतो.

ती आठच्या ठोक्याला आत आली. तिच्या अंगात काहीसा आखूड फिका शर्ट आणि काळं जर्किन होतं. ती आज वयानं लहान दिसत होती. मला तिच्याविषयी जबरदस्त आकर्षण वाटू लागलं.

मी बारजवळ उभा होतो.

“हाय,” ती शेकहँडला हात पुढे करत म्हणाली, ‘कसा आहेस?”

तिचा बिनधास्तपणा मला आवडला.

“मजेत,” मी म्हणालो, ‘आता बोल. काय घेणार?”

“तुला माहीत आहे मी बिअर घेते. पण तुझी हरकत नसेल तर आज रम आणि कोक घेते.”

“जरूर. सिंगल की डबल?” मी विचारलं.

“आज तरी सिंगल. आपण आताच भेटतोय. उगीच मला टाईट करायचा प्रयत्न करू नकोस.”

“तसं नाही,” मी म्हणालो, “पण तुला बोलतं करण्याचा प्रयत्न करत होतो. पण त्याची गरज वाटत नाही!”

“माझं नाव जॅकी, तुझं?” ती म्हणाली.

“स्कॉट. स्कॉट ग्रॅहॅम.”

“तुझा पोटापाण्याचा उद्योग काय? कारण बोलण्यावरून तू इंग्लिश असल्याचं कळतंय.”

तिचे उच्चारही खूपसे मायरीडसारखे होते. पण आता मात्र मी मायरीडला मारली तशी थाप मारू शकत नव्हतो. हा प्रोटेस्टंट पब होता. त्यामुळे तिला आश्चर्य वाटण्याचं कारण नव्हतं. मात्र एसएएसबद्दल गुप्तता पाळायची होती.

“बरोबर,” मी म्हणालो, “मी लंडनहून आलोय. पण आता माझा उद्योग काय हे ओळख बरं.”

“फौजी.” ती लगेच उत्तरली.

“वा! झटक्यात ओळखलंस.”

“कोणती रेजिमेंट?” तिनं विचारलं.

“मी सैन्यात स्वैपाकी आहे. तू काय करतेस?”

“बँकेत कारकुनी,” ती खिन्नपणे म्हणाली, “फार कंटाळवाणं काम आहे. पण निदान पगार तरी मिळतो.”

“तू समाधानी नाहीस?” मी विचारलं.

“मुळीच नाही, हे बॉंबस्फोट, चळवळ, रास्ता रोको. त्यात पुन्हा तुम्हा लोकांची भर,” असं म्हणून तिनं गमतीत माझ्या पोटात बोटांनी ढोसलं.

“बाप रे,” ती म्हणाली, “काय मसल्स आहेत रे, ह्याला फिट म्हणायचं की सुपरफिट? मला वाटलं सगळे स्वैपाकी लठ्ठ असतात.’

जवळच्याच टेबलावर बसून आमच्या गप्पा सुरू झाल्या. मध्येच आम्ही एकमेकांकडे टक लावून पाहात होतो. गप्पांच्या ओघात पुढच्या दोन तासांत तिच्याबद्दल बरीच माहिती कळली. चोवीस वर्षांची जॅकी आईवडिलांबरोबर ब्लूम

फील्ड इथे राहात होती. वडील आरयूसीमधून बाहेर पडून सुरक्षा अधिकारी म्हणून काम करत होते. जॅकी त्यांची एकुलती एक मुलगी. शाळेतून बाहेर पडल्यावर तिनं शॉर्टहँड टायपिस्टचा कोर्स केला. गेले दीड वर्षं ती बँकेत होती.

रात्री १० नंतर ती उठली.

'मी तुला घरी सोडू?' मी विचारलं.

"आता नको, बसस्टॉप माझ्या घराजवळच आहे. पण मी बऱ्याचदा टॅक्सी घेते."

"मला तुझा फोन नंबर देशील?" मी विचारलं.

"जरूर," असं म्हणून तिनं मला घरचा आणि ऑफिसचा असे दोन्ही फोन नंबर दिले.

"म्हणजे तू मला फोन करणार तर?" तिनं विचारलं.

"हो. विशेषत: तुला ड्रिंक घ्यावंसं वाटलं तर."

"केव्हाही फोन कर. मी मोकळीच असेन. आजच्याबद्दल थँक्स. मजा आली." असं म्हणून ती दिसेनाशी झाली.

दोनच आठवड्यांत आमचं प्रेमप्रकरण सुरू झालं. पहिल्या भेटीपासूनच आम्हाला एकमेकांबद्दल आकर्षण वाटू लागलं होतं. "हा वीकएंड एखाद्या हॉटेलमध्ये काढू या का?" मी विचारलं, "मला सुट्टी आहे."

"जरूर, हे आमंत्रण आहे का?"

'अर्थात. हा तुझा होकार समजू का?' मी विचारलं.

"हो - हो - हो," असं म्हणून तिनं माझं चुंबन घेतलं.

ती संध्याकाळ माझ्या कायम स्मरणात राहील. तिनं सांगितलं की तिचा आरयूसीच्या एका तरुण अधिकाऱ्याबरोबर साखरपुडा झाला होता. पण दीड वर्षात त्यांनी वेगळं होण्याचा निर्णय घेतला. मीही तिला माझ्या प्रेमप्रकरणाबद्दल कल्पना दिली. पण आता ते सारं संपलंय हेही आवर्जून सांगितलं.

त्या वीकएंडला आम्ही खूप मजा केली. खाणं-पिणं तर सतत चालू होतंच. पण आम्ही क्षणभरही एकमेकांपासून दूर झालो नाही. मायरीडनंतर कोणत्याही मुलीच्या सहवासात मी एवढा रमलो नव्हतो. पण मधूनच तिचा चेहरा डोळ्यांसमोर तरळून जायचाच.

जॅकी खूपच हसऱ्या आणि आनंदी स्वभावाची होती. तिची विनोदबुद्धीही चांगलीच तिरकस होती. नंतर आम्ही खूप वेळ एकत्र घालवू लागलो. मधूनच माझी गस्ती पथकाबरोबर नेमणूक झाली की अनेक आठवडे तिच्यापासून लांब राहावं लागायचं. ते तिला मुळीच आवडत नसे. पण माझाही नाइलाज होता.

जॅकीला मात्र आमचे संबंध पुढे नेण्याची घाई झाली होती. तिनं मला एकदोनदा घरी राहायलाही बोलावलं. पण मी ते टाळत होतो. मला कोणताही निर्णय घाईनं घ्यायचा नव्हता. माझं पूर्ण प्रेम जॅकीला द्यायला मन कचरत होतं. मनाच्या एका कप्प्यात अजूनही मायरीडनं घर केलं होतं.

१९८० च्या सुमारास माझी पीटर ओ'केनची ओळख झाली. तो दहशतवाद विरोधी युद्धाच्या प्रशिक्षणाला आला होता. तो साधारण माझ्याच वयाचा होता. एकूण ४० आरयूसीच्या अधिकाऱ्यांची नेमणूक झाली होती. त्यांना एसएएसच्या धर्तीवरच कठोर प्रशिक्षण दिलं गेलं. शिस्त, स्टॅमिना, संयम आणि दबावाखाली काम करण्याची क्षमता ह्या बाबींकडे विशेष लक्ष दिल गेलं. त्यातून स्पेशल सपोर्टग्रुप हे दल उभारलं गेलं. नंतर त्यालाच हेडक्वार्टर मोबाईल सपोर्ट युनिट - एचएमएसयू - म्हटलं जाऊ लागलं.

त्याच्या पथकाच्या एका कारवाईच्या दरम्यान आमची भेट झाली. कडव्या अतिरेक्यांना टिपण्याच्या कामावर त्यांची नेमणूक झाली होती. एकदा आम्ही बिअर घेत गप्पा मारल्या. हळूहळू आमची चांगली गट्टी जमली. तोही माझ्यासारखाच एकटा होता आणि मोकळा वेळ मिळाला की त्यालाही धमाल करायला आवडायची.

त्याचं बेलफास्टमध्ये घर होतं. तिथे होणाऱ्या पार्ट्या खूपच 'प्रसिद्ध' होत्या. मला २-३ दिवस रजा मिळाली की तो मला पार्टीला बोलावत असे. पार्टीत प्रचंड मस्ती चालायची. पहाटेपर्यंत दारू पाण्यासारखी वाहत असे. आलेले तरुण-तरुणी सगळी बंधनं झुगारून देऊन मजा मारत. उत्तर आयर्लंडमधली सततची बंडाळी, बॉंबस्फोट, गोळीबार ह्यातून येणारा मानसिक ताण घालवायला हा चांगला उपाय होता.

मी जॅकीची पीटरशी ओळख करून दिली. त्यानं लगेच तिला पुढच्या पार्टीचं आमंत्रण दिलं. पण मी मात्र साशंक होतो. इतकं बेछूट वागणं तिला रुचेल की नाही हे सांगता येत नव्हतं. तिथलं वातावरण पाहून तिला धक्का बसण्याची शक्यता नाकारता येत नव्हती. एकदा मद्यधुंद झाल्यावर अनेकांचं भान सुटायचं. तिथे मग सर्वांसमक्ष सेक्ससुद्धा चालत असे.

''पण तुझ्या पार्टीत येण्याइतकी जॅकी धीट नसेल तर?'' मी त्याला विचारलं.

''तिला एकदा घेऊन ये म्हणजे कळेल.'' तो म्हणाला.

''पण मला तिला गमवायचं नाहीये.'' मी म्हणालो, ''तिथे चालणारे चाळे पाहून ती जरी कायमची निघून गेली नाही तरी मीही त्यातलाच आहे अशी तिची समजूत व्हायची.''

''मग त्यात चूक काय?'' असं म्हणून तो खळखळून हसला. मग म्हणाला, ''तिला आण तर खरं. मग तिचं तिला ठरवू दे. कदाचित तिनं अशा पार्ट्यांमध्ये भाग घेतला असेलही. ह्या काही फक्त माझ्याचकडे होत नाहीत.''

मग मी एकदा जॅकीशी बोललो. पण तिथल्या अश्लील चाळ्यांविषयी सांगण्याआधी दोघांनाही रमचे २-३ पेग्ज घ्यावे लागले.

"तुझ्या मनात काय आहे?" तिनं विचारलं.

"तू पीटरला ओळखतेस का?" मी म्हणालो.

"तो पार्टीवाला?"

"तोच. त्याच्या पार्टीत काय चालतं हे मी तुला आताच सांगितलं."

"तू त्या पार्ट्यांना जातोस?" तिनं विचारलं.

"अर्थात. तो माझा खरा मित्र आहे."

"तिथे नेमकं काय चालतं? दारू, ड्रग्ज, सेक्स?"

"ड्रग्ज मुळीच नाही."

"दारू आणि सेक्स?"

"अं...हो." मी चाचरत म्हणालो, "काहीजण वाहावत जातात हे मात्र खरं."

"वा! एकदा यायलाच पाहिजे. पुढची पार्टी कधी आहे?"

"तुला खरंच यावंसं वाटतंय का?"

"नक्कीच!"

"तू अशा पार्टीला कधी गेली आहेस?" तिच्या स्वभावाची दुसरी बाजू जाणून घ्यायच्या उद्देशानं मी विचारलं.

"मीही आनंदाचे क्षण भोगले आहेत." ती हसून म्हणाली. "पण प्रत्यक्ष किंवा व्हिडीओवर सेक्स कधीच पाहिलं नाही."

अखेर आम्ही त्या पार्टीला गेलो. मला मनात धाकधूक वाटत होती. पण पीटरच्या सांगण्यावरून मी तिचा ग्लास भरलेलाच ठेवत होतो. आधी तिनं रम आणि कोक घेतला. पण डान्स सुरू झाल्यावर मात्र बिअर रिचवायचा सपाटा लावला. पीटरही तिचा योग्य पाहुणचार करत होता. अपेक्षेप्रमाणे मध्यरात्रीनंतर खरी धमाल सुरू झाली. तरुण-तरुणींनी सर्व बंधनं झुगारून दिली. मुक्त सेक्स सुरू झाला.

जॅकी चांगलीच रंगून गेली.

'मी हे असं कधी बघितलंच नव्हतं रे. इतक्या राजरोसपणे हे चाललेलं पाहून विचित्रच वाटतं."

"ए, आपण दोघंच कुठेतरी जाऊना." जॅकी माझ्या कानात म्हणाली.

आम्ही दोघं हळूच वरच्या मजल्यावर सटकलो. पण दोन्ही खोल्या आधीच दोन जोडप्यांनी बळकावल्या होत्या. मग आम्ही मागच्या बागेत गेलो.

वीस मिनिटांनी आम्ही परतलो तेव्हा बऱ्याच जणांचा धीटपण वाढला होता.

पहाटे तीननंतर पार्टीचा भर हळूहळू ओसरला.

"चल, मी तुला घरी सोडतो." मी म्हणालो.

''आता जमणार नाही,' ती म्हणाली, ''कारण मी एका मैत्रिणीकडे राहणार आहे असं सांगितलंय. आता सकाळपर्यंत थांबायला लागेल.''

मग पीटरनं आमच्यासाठी तिथेच पथारी टाकली. काही दिवसांनी भेटल्यावर मी विचारलं, ''पार्टी कशी वाटली?''

''मजा आली,'' ती म्हणाली, ''पण काय रे, ह्या मुली अशा गोष्टी सर्वांदेखत कशा करू शकतात? त्यांना लाज नाही वाटत?''

''वाटलेली दिसली तरी नाही.'' मी म्हणालो.

हळूहळू मी जॅकीत गुंतत चाललो होतो. मायरीड दुरावल्यावर मी सुन्न झालो होतो, गोंधळलो होतो. सुरुवातीला जॅकीमुळे स्त्रीचा सहवास मिळत होता इतकंच. पण आता मात्र भावनिक गुंतवणूक होत चालली होती. तिचा आनंदी स्वभाव, माझ्याबद्दलची ओढ ह्यामुळे आम्ही दोघंही खुष होतो. पीटरच्या पार्टीनंतर जॅकी खूपच आक्रमक बनली होती. तिचं समाधान करताकरता माझी दमछाक होत असे.

पण १९८५ च्या उन्हाळ्यात माझं आयुष्य पुन्हा सैरभैर झालं. मी आणि जॅकीनं स्पेनमध्ये सुट्टी घालवण्याचं ठरवलं होतं. पण तेवढ्यात मला एसएएसच्या सरावासाठी जर्मनीत जाण्याचा आदेश मिळाला. त्यातून सुटका नव्हती. माझी रजेची विनंती नामंजूर झाली. आम्ही हॉटेल आधीच बुक केलं होतं. त्यामुळे पैसे वाया घालवण्याऐवजी ती एका मैत्रिणीला घेऊन तिकडे गेली. स्पेनमध्ये सुट्टी घालवण्याचं माझं स्वप्न विरून गेलं.

जर्मनीहून परतल्यावर मी तिच्या घरी फोन केला तेव्हा मला ती भयानक बातमी कळली. जॅकी स्पेनमध्ये एका मोटार अपघातात मृत्युमुखी पडली होती. ती बातमी ऐकून मी सुन्न झालो. मलाच अपराधी वाटू लागलं. मी रजेचा आग्रह धरायला हवा होता. मी तिथे असतो तर कदाचित तिचे प्राण वाचले असते.

मी कुणात तरी गुंतावं आणि काहीतरी भयानक घडावं असं दुसऱ्यांदा झालं होतं. दोष माझाच होता. मी मायरीडचं आयआरए सोडण्यासाठी मन वळवायला हवं होतं. माझ्याच बाबतीत असं का व्हावं? मी चकमकीत भाग घेतला होता. फॉकलंड युद्धात महत्त्वाची कामगिरी बजावली होती आणि तरीही सुखरूप होतो. पण माझे काही आवडते सहकारी आणि माझ्या सर्वांत जवळच्या दोन व्यक्ती मला दुरावल्या होत्या. एक जिवंत नव्हती आणि दुसरी तुरुंगात खितपत पडली होती.

पुन्हा माझं मन मायरीडकडे ओढलं जाऊ लागलं. ती १९८६-८७च्या दरम्यान सुटेल असं मला समजलं. आता मात्र ती सुटल्यावर तिला भेटायचा मी निश्चय केला. पण त्याआधी कुणात गुंतायचं नाही असंही स्वत:ला बजावलं.

आठ

पीटर 'ओ'केन मात्र मैत्रीला जागला. माझ्या मायरीड प्रकरणाबद्दल तो पूर्ण अंधारात होता. कारण तो स्वत: एका कमांडो युनिटचा सदस्य होता आणि त्याला जर मायरीडबद्दल समजलं असतं तर वरिष्ठांना कळवणं हे त्याचं कर्तव्य होतं.

पण त्यानं माझ्या आणि जॅकीच्या मैत्रीला नेहमीच प्रोत्साहन दिलं. तो आम्हाला त्याच्या प्रसिद्ध पार्ट्यांना बोलावत असे. जॅकी खूप उत्तेजित झालेली असायची पण आम्ही मात्र इतक्या राजरोसपणे त्यात भाग घेतला नाही.

जॅकीच्या मृत्यूनंतर मी खूप उदास आणि एकलकोंडा बनलो. पीटर मला अनेकदा त्याच्याबरोबर ड्रिंक घ्यायला किंवा फेरफटका मारायला बोलावत असे. आमच्या अनेक विषयांवर गप्पा चालायच्या. माझी मानसिक आधाराची गरज त्यानं ओळखली होती. आमची मैत्री अधिकच घट्ट झाली. आम्ही एकमेकांना आमच्या मोहिमांबद्दलही सांगत असू.

फॉकलंड युद्धानंतर काही वर्षं मी गस्ती पथकातच काढली. आमची नेमणूक बेलफास्ट, डेरी आणि अर्माघ ह्याच भागात झाली होती.

जॅकीच्या मृत्यूनंतर माझं मन सैनिकी पेशात रमेनासं झालं होतं. माझी इच्छाशक्तीच जणू कोलमडून पडली होती. मी माझी कामं यांत्रिकपणे पार पाडू लागलो. खरंतर मला एसएएसमध्ये असल्याचा विलक्षण अभिमान वाटत असे. पण आता रोज सकाळी उठून ड्यूटीवर जाणं, गस्त घालणं, चकमकीत भाग घेणं ह्या सगळ्या गोष्टींचं मला संकट वाटू लागलं. माझं व्यायामाकडेही दुर्लक्ष होऊ

लागलं. फिटनेस कमी झाला.

पण इथेही पीटरच कामाला आला. तो मला सारखा फोन करून सल्ला विचारायचा. एखादी अडचण आली तर माझ्या अनुभवाचा फायदा मिळवायचा. माझी मदत मागायचा. हळूहळू मला पुन्हा कामात रस निर्माण झाला. उत्साह वाटू लागला. पण त्यावेळी मला पीटरचा हा हेतू लक्षातच आला नाही.

१९८० च्या दरम्यान पीटरच्या एचएमएसयूनं चांगलंच नाव कमावलं होतं. आयआरएचे अतिरेकी शोधून काढणं, त्यांच्यावर कारवाई करणं ही कामं ते उत्तम प्रकारे पार पाडू लागले. जर चकमक झालीच तर ते अतिरेक्यांवर सहज मात करत असत. त्यांची कामाची पद्धतही बरीचशी आमच्याशी मिळतीजुळती होती.

ऑक्टोबर १९८२ मध्ये गावठी स्फोटकांचा मोठा साठा उत्तर आयर्लंडमध्ये येणार असल्याची खबर ई ४ एच्या अधिकाऱ्यांना मिळाली. गवताची गंजी भरलेल्या एका लॉरीचा त्यांना संशय आला. त्यांनी त्या लॉरीचा पाठलाग केला. ती एका शेतात थांबली. ते शेत 'किटीज् बार्न' म्हणून ओळखलं जायचं. कडव्या रिपब्लिकनांच्या ताब्यातील लर्गनजवळ ते होतं. तिथे एक फार्महाऊस आणि एक भली मोठी शेड होती. किटी केर्न्स नावाची सत्तरीची विधवा त्याची मालकीण होती. तिचा नवरा जुन्या काळातला रिपब्लिकन होता. काही वर्षांपूर्वी तो वारला. ते शेत लर्गन गावाबाहेर बॉलिनरी रोडलगत होतं.

ई ४एची माणसं पाळत ठेवून होती. एका रात्री त्यांनी ते गवताचे गठ्ठे उतरवताना पाहिलं. तो सगळा ऐवज हलवायला सहा माणसं सात तास झटत होती. नंतर तपासणीच्या वेळी त्या गवतामागे काही जुनाट बंदुका आणि १००० पौंड स्फोटकं सापडली. एम आय ५ ह्या ब्रिटिश हेरखात्याच्या माणसांना पाचारण केलं गेलं. त्यांनी तिथे अतिशय संवेदनशील असे मायक्रोफोन्स बसवले. आता तिथे कोणी कुजबुजलं तरी आम्हाला समजणार होतं.

त्या शेतावर रात्री लक्ष ठेवायला एक चौकीही उभारली गेली. दिवसा सैनिक तिथे गाडीतून चकरा मारत असत. ह्या स्फोटकांचा वापर सुरक्षा दलाविरुद्ध होणार असल्याची कुणकुण लागली होती. पण हल्ला नक्की कधी आणि कुठे होणार हे कळत नव्हतं.

२७ ऑक्टोबरला लर्गन पोलीस स्टेशनमध्ये एक निनावी फोन आला. फोन करणाऱ्यानं सांगितलं की किनेगो रस्त्यावर एका नाक्याजवळ एक मोटरसायकल बेवारशी अवस्थेत पडली आहे. तीन पोलीस अधिकाऱ्यांना तातडीनं तपासासाठी पाठवलं गेलं. सार्जंट शॉन क्विन आणि कॉन्स्टेबल्स पॉल हॅमिल्टन आणि ॲलन मॅक्लॉय. एचएमएसयूला कळवायचं कुणालाच सुचलं नाही. दहाच मिनिटांत तिथे प्रचंड स्फोट झाला. तिघांच्याही चिंधड्या उडाल्या.

नंतर तज्ज्ञांनी सांगितलं की तिथे जवळच जमिनीत सुरुंग पेरला होता आणि ती स्फोटकं किटीज् बार्नमधल्या साठ्यातूनच आणली होती.

मधल्या काळात दोन विचित्र दुर्घटना घडल्या. दोन-तीन माणसं एका वाहनातून किटीज् बार्नजवळ आली आणि काही स्फोटकं घेऊन लगेच निघून गेली. आदल्याच दिवशी तिथे एक व्हॅन दिसली होती पण तिच्याकडे कुणी विशेष लक्ष दिलं नाही.

भरीस भर म्हणजे हेरखात्यानं लावलेले मायक्रोफोन्स निकामी झाले होते. ते छताजवळच्या पट्टीत बसवले होते. वारा आणि पावसामुळे ते खराब झाले होते. त्यामुळे त्या काळात आतल्या हालचालींचा कुणालाच पत्ता लागला नाही. नंतर तज्ज्ञांनी नवीन मायक्रोफोन्स दरवाज्याच्या हँडलमध्ये बसवले.

नोव्हेंबरच्या सुरुवातीला आणखी एक महत्त्वाची खबर मिळाली. मोटरसायकल स्फोटातले संशयित शॉन बर्न्स आणि यूजीन टोमन हे त्या भागात आल्याचं कळलं. ते आधीच एका पोलिसाच्या खुनासाठी हवे होते. आता तर त्यांची खतरनाक अतिरेक्यांमध्ये गणना होत होती.

११ नोव्हेंबरला ते जेम्स मॅक्‌केर नावाच्या आयआरए समर्थकाच्या घरी उतरल्याचं कळलं. तिथे एचएमएसयूची माणसं पोचतात तोच बातमी आली की ते दोघं एका हिरव्या फोर्ड एस्कॉर्ट गाडीतून निघाले आहेत आणि स्वत: मॅक्‌केर गाडी चालवतो आहे. गाडीची दिशा समजल्यावर वाटेत लगेच एक चेक पॉईंट उभारला गेला. पोलिसांची एक गाडी अर्धा रस्ता अडवून उभी राहिली. एक पोलीस लाल दिवा हातात घेऊन रस्त्याच्या मधोमध थांबला. अतिरेक्यांच्या गाडीचा वेग थोडा कमी झाला, पण ती अचानक सुसाट सुटली. त्या अधिकाऱ्याला एका बाजूला झेपावून जीव वाचवावा लागला. मात्र त्यातूनही त्यानं गाडीच्या दिशेनं पाच गोळ्या झाडल्या. गाडीची मागची काच फुटून आतल्या एकाला गोळी लागली. दुसऱ्या एका गोळीनं मागच्या टायरच्या चिंध्या केल्या. गाडी वेडीवाकडी धावू लागली. एचएमएसयूनं पाठलाग सुरू केला. वाटेत एचएमएसयूच्या लोकांनी गाडीच्या खिडकीबाहेर डोकावून माफिया स्टाईलनं मशीनगनचा मारा सुरू केला. एका वळणावर अतिरेक्यांचा गाडीवरचा ताबा सुटला आणि ती बाजूच्या खड्ड्यात पडली. एचएमएसयूची गाडी थांबली. त्यांनी अतिरेक्यांच्या गाडीवर गोळ्यांचा वर्षाव केला. आतल्या तिघांच्या शरीराची चाळण झाली होती. त्यांची ओळख पटणं अशक्य होतं. पण गाडीत एकही शस्त्र सापडलं नाही.

त्या तिघांच्या मृत्यूमुळे एकच गदारोळ झाला. त्यांच्या कुटुंबियांनी ते अतिरेकी असल्याचा साफ इन्कार केला. त्यांच्या मते पोलीस त्यांना कधीही घरी येऊन अटक करू शकले असते.

युजीन टोमनचा भाऊ म्हणाला, ''माझा भाऊ गवंडी काम करत असे. ते लोक

घरी का आले नाहीत? हा निर्घृण खूनच आहे.''

'शिन फेन' ह्या आयआरएच्या राजकीय पक्षानंही ह्याचं भांडवल केलं. हत्या झाल्यानंतर चेकपॉइंट उभारले गेल्याचा त्यांनी कांगावा केला. त्या तिघांवर लष्करी इतमानानं अंत्यसंस्कार करण्यात आले.

काही दिवसांनी किटीज् बार्नमधील मायक्रोफोन्सनी काही आवाज टिपले. कोणीतरी त्या रायफल्स हलवत होतं. एचएमएसयूच्या लोकांनी लगोलग तिकडे धाव घेतली.

सुरक्षा अधिकारी सावधपणे त्या गोडाऊनकडे निघाले. काहीजणांनी आवाज न करता त्याला वेढा घातला. आत कितीजण आहेत आणि ते काय काय करताहेत हे कळायला मार्ग नव्हता. दोघांचे तरी आवाज टिपले होते. आत दोन तरुण बारकाईनं त्या रायफल्स तपासत होते. ती खरोखर जुनाट शस्त्रं होती. अगदी पहिल्या महायुद्धाच्या काळची. त्यांच्या गोळ्या मिळणंही आता कठीण होतं.

तेवढ्यात एचएमएसयूच्या एका सार्जंटनं गोळीबार सुरू केला. त्या पत्र्यांच्या भिंतीवर झालेला खणखणाट कानठळ्या बसवणारा होता. आत दोन कोवळे तरुण होते. १७ वर्षांचा मायकल टिघ आणि १९ वर्षांचा मार्टिन मॅकॉले. ते भांबावून जाऊन शेडच्या मागे गवताआड लपले. तेवढ्यात तीन सशस्त्र अधिकारी आत आले. 'चला, निघा बाहेर;' त्यातला एकजण ओरडला. नंतर झालेल्या धुमश्चक्रीत टिघ जागीच ठार झाला आणि मॅकॉले गंभीर जखमी झाला.

मायक्रोफोन्सनी तिथे झालेला प्रत्येक आवाज टिपला होता. पण नंतर ती टेपच गूढपणे नाहीशी झाली.

ह्या घटनेमुळे रिपब्लिकन समाजात संतापाची लाट उसळणं स्वाभाविक होतं. दोन कोवळ्या तरुणांना कोणताही इशारा न देता गोळ्या घालणं चीड आणणारं होतं. टिघचे आईवडील तर सुन्न झाले होते. कारण मायकल चारचौघांसारखा साधा मुलगा होता. मॅकॉले त्याचा मित्र होता आणि ते दोघंही किटीच्या सांगण्यावरून तिच्या कुत्र्यांना जेवण घालायला गेले होते. ते अतिरेकी असल्याचा कोणताही पुरावा पोलिसांना देता आला नाही.

नंतर मॅकॉलेला बेलफास्टच्या कोर्टात उभं केलं गेलं. न्यायमूर्तींनी पोलिसांच्या साक्षीबद्दल शंका व्यक्त केली. पण मॅकॉलेला बेकायदा शस्त्र बाळगल्याबद्दल दोन वर्षांची निलंबित शिक्षा सुनावली.

त्यानंतर तीनच आठवड्यांनी पुढची घटना घडली. १२ डिसेंबर १९८२मध्ये आयरिश नॅशनल लिबरेशन आर्मीचे (आयएनएलए) दोन सदस्य सुरक्षा दलांकडून मारले गेले. पीटर जेम्स ग्र्यू (वय ३७) आणि रॉडरिक मार्टिन कॅरॉल (वय २२) हे दोघंही मलाक्रीव्ही पार्क परिसरात राहणारे होते. ही घटना 'मलाक्रिव्ही पार्क

१. तरुणपणीची मायरीड
२. व ३. जुन्या आठवणी - स्टेशनकडून जाणरा बोळ.
याच तलावाकाठी आम्ही गवतात लोळत पडायचो.

४. मरीनो स्टेशन - इथेच मी आणि मायरीड भेटत होतो.

५. 'कल्ट्रा इन' एक गावठी पब. इथे आम्ही ड्रिंक घेत गप्पा मारत बसत होतो.

६. अनेक सुखद क्षणांचा अनुभव जिथे घेतला ते आमचं मोडकळीला आलेलं कॉटेज.
७. हॉलीवूडमधला रेडबर्न स्केअर, संशय टाळण्यासाठी मी इथेच गाडी उभी करत होतो.

८. लोगॉल या व्हॅनच्या आडोशालाच अतिरेकी लपले होते.
काय घडलं ते दिसतंच आहे.
९. लोगॉलमधल्या आरयुसी स्टेशनचा विनाश. सुदैवाने आमची त्सरवर पाळत होती.

१०. लोगॉलमध्ये आमच्या एसएएस युनिटनं ठार केलेले अतिरेकी.
११. चकमकीनंतर खाली बसलेला धुरळा.

१२. मायरीड आणि तिच्या साथीदारांच्या अंत्ययात्रेला प्रचंड प्रमाणात लोक रस्त्यावर आले.

१३. जेरी ॲडम्स - मायरीडच्या शवपेटिकेला खांदा देताना. त्यावर आयरिश तिरंगा पांघरला होता. १४. व १५. जिब्राल्टवर मायरिडबरोबर मारले गेलेले तिचे सहकारी शॉन सॅव्हेज आणि डॅनी मॅक्‌कान

हत्याकांड’ म्हणूनच ओळखली गेली. त्यातला ग्र्यू हा कट्टर अतिरेकी होता. त्याला १४ वर्षांची शिक्षा झाली होती. पण त्याआधीच त्याची सुटका झाली होती. पोलिसांची त्याच्यावर पाळत होतीच. त्याच्यावर अनेक हत्या केल्याचा संशय होता.

हे दोघंही एका गाडीतून उत्तरेकडे निघाले होते. पावसाची संततधार चालू होती. तीन गाड्या त्यांच्या पाठलागावर निघाल्या. त्यातली एक गाडी थांबली. मागून येणारी गाडी निसरड्या रस्त्यांमुळे तिच्यावर धडकली. तिसरी जवळ येऊन थांबली. पण अतिरेक्यांना त्या पोलिसांच्या गाड्या असल्याची कल्पना नसल्यामुळे ते संथपणे पुढे निघाले.

नंतर पोलिसांचं निवेदन मात्र वेगळंच होतं.

‘एका गाडीला लाल दिवा दाखवून थांबायला सांगितलं गेलं. पण ती गाडी न थांबता अडथळा ओलांडून सुसाट वेगानं निघाली. तिनं एका पोलिसालाही उडवलं. तातडीनं जादा कुमक मागवली गेली. स्थानिक पोलिसांनी अतिरेक्यांची गाडी ओळखून पाठलाग केला. गाडी मलाक्रीव्ही पार्कमध्ये शिरल्यावर तिला थांबायला भाग पाडलं गेलं. पोलिसांची गाडी ओळखून एकजण बाहेर पडला. तो हल्ला करणार असं वाटल्यामुळे पोलिसांनीच गोळीबार सुरू केला. त्यात ते दोघं अतिरेकी मारले गेले. मात्र त्यांच्याजवळ शस्त्र सापडली नाहीत.

पुढच्या २४ तासातच आयआरएनं ह्या ‘क्रौर्याचा’ बदला घेण्याची शपथ घेतली.

‘ह्या भाडोत्री मारेकऱ्यांचे आता दिवस भरले. त्यांना ह्याचे परिणाम भोगावे लागतील. आमच्या माणसांच्या मृत्यूचा सूड घेतला जाईल.’

ह्या तिन्ही घटनांमुळे एक आरोप केला जाऊ लागला. तो म्हणजे ब्रिटिश सरकार ‘शूट टू किल’- ठार करण्यासाठी गोळ्या घाला - हे धोरण राबवत आहे. गृह मंत्रालयानं असं काही धोरण असल्याचा साफ इन्कार केला.

ग्र्यू आणि कॅरॉल दोघांवर लष्करी इतमामात अंत्यसंस्कार झाले. काळा वेष आणि बुरखे घातलेले काहीजण शववाहिकांभोवती कोंडाळं करून उभे राहिले. त्यांनी अचानक हवेत गोळीबार करून सलामी दिली आणि गर्दीत मिसळून गेले. हा प्रकार घडला तेव्हा आरयूसीची गस्त घालणारी वाहनं फक्त १०० यार्डांवर होती. पण ते मध्ये पडले नाहीत.

ह्या तीन घटनांनंतर मात्र सरकारनं चौकशी करण्याचं ठरवलं. मँचेस्टरचे डेप्युटी चीफ कॉन्स्टेबल जॉन स्टॉकर ह्यांची त्या कामी नेमणूक झाली. खरोखरच ‘शूट टू किल’चे आदेश आहेत का हे त्यांना शोधून काढायचं होतं.

मात्र प्रत्यक्ष चौकशीला सुरुवात झाल्यानंतर त्यांना आरयूसीच्या अधिकाऱ्यांकडून

मुळीच सहकार्य मिळेना. जी चौकशी नऊ महिन्यांत पूर्ण व्हायला हवी होती, ती दोन वर्षं रेंगाळली. मग अचानक स्टॉकरची नाट्यमयरित्या उचलबांगडी झाली. कारण त्या हरवलेल्या टेपचा त्यांनी छडा लावल्यातच जमा होता. जर ती टेप सापडली असती तर आरयूसीची चांगलीच अडचण झाली असती.

ज्या मृत्यूंची स्टॉकर चौकशी करत होते, ते खूनच असल्याची त्यांची खात्री पटत चालली होती आणि जर खरंच तसं असलं तर त्यातून एकच निष्कर्ष निघत होता. वरिष्ठ अधिकारी जाणूनबुजून 'शूट टू किल'चं धोरण राबवत होते.

ह्या तिन्ही केसेसबद्दल मी पीटर ओ 'केन'शी सविस्तर चर्चा केली. आमचं प्रशिक्षण आणि कामाचं स्वरूप सारखंच होतं. आयआरएच्या अतिरेक्यांना शोधणं, अटक करणं आणि वेळ आली तर त्यांना ठार करणं. अशावेळी सैनिकांची काय मन:स्थिती असते ह्याची आम्हाला पुरेपूर जाणीव होती. निर्णायक क्षणी संयम बाळगणं अशक्य असतं. अति ताणामुळे कसलेल्या सैनिकांनाही समोरच्या माणसांच्या साध्या हालचाली धोकादायक वाटू लागतात. आणि एसएएसच्या प्रशिक्षणात आम्हाला मिळालेले आदेश स्पष्ट होते. आपल्यावर हल्ला होणार असा थोडा जरी संशय आला तरी पहिली गोळी आपणच झाडली पाहिजे. आमच्या जिवावर उठलेल्या अतिरेक्यांना दयामाया दाखवण्यात अर्थ नव्हता.

मात्र लवकरच ह्या गोष्टी मरणाराच्या नजरेतून मला दिसल्या. त्या विसरणं केवळ अशक्य होतं.

नऊ

ऑगस्ट १९८६ मधली एक प्रसन्न सकाळ. सकाळचे ११ वाजले होते. मंद वाऱ्यानं झाडं डुलत होती. पानांची सळसळ ऐकू येत होती. फायरिंग रेंजवर आमचा नेमबाजीचा सराव चालू होता. वाऱ्यामुळे नेम चुकू नये ह्याची काळजी घ्यावी लागत होती.

त्याचवेळी मला एक अनपेक्षित, तुटक निरोप मिळाला. 'डेरेकला फोन कर.' डेरेक. कोण डेरेक? मग मला एकदम आठवलं. माझा आरयूसीमधला मित्र. दहा वर्षांपूर्वी त्याच्याच कॉटेजमध्ये मी आणि मायरीड जात असू.

मी काहीसा गोंधळलो. कॉनवे बॉंबस्फोटानंतर आमची फारशी भेट झाली नव्हती आणि माझ्याबरोबर कॉटेजमध्ये येणारी मुलगी म्हणजे मायरीडच हे त्याला माहीत असण्याचं काहीच कारण नव्हतं. कदाचित त्याचाच अंदाज असावा.

मी त्याला लंचटाईममध्ये फोन केला.

"हाय," मी म्हणालो, "स्कॉट बोलतोय. तुझा निरोप मिळाला. बोल. काय काम काढलंस?"

"विशेष काही नाही रे. मीच आता विसरलोय." तो म्हणाला.

मी काहीसा वैतागलो. "ठीक आहे. आठवलं की सांग."

"अरे थांब, आठवलं." तो एकदम म्हणाला, "कॉनवे स्फोटानंतर एक मुलगी तुरुंगात गेली होती. आठवतंय?"

"हो."

‘ती बाहेर आली आहे.’’ तो म्हणाला.

‘‘काय?’’ मी चमकलोच, ‘पण तिला तर १४ वर्षांची शिक्षा झाली होती. इतक्या लवकर कशी सुटली? तुला नक्की ठाऊक आहे?’’

‘‘अगदी नक्की,’’ तो म्हणाला, ‘‘बहुधा तिची वर्तणूक चांगली असेल. मग आता काय करणार आहेस?’’

मी तिला भेटावं असं तर तो सुचवत नव्हता?

‘‘काय करणार म्हणजे? माझा काय संबंध?’’ मी म्हणालो.

‘‘तुला पुन्हा भेटायचं असेल म्हणून कळवलं.’’

‘‘छे! मला काही घेणंदेणं नाही.’’ मी हात झटकले. माझे आयआरएच्या अतिरेकी मुलीशी संबंध होते हे उघडकीला आलं असतं तर माझी हकालपट्टी निश्चित होती.

‘‘तुझ्या माहितीसाठी कळवलं.’’ तो म्हणाला, ‘काळजी घे.’’

मी विचारात पडलो. ‘पुन्हा भेट’ हे त्याचे शब्द आठवले. त्याला निश्चित ठाऊक असलं पाहिजे. की तो चाचपणी करत होता? त्याला माझ्या तोंडून वदवून तर घ्यायचं नव्हतं?

मात्र मायरीड सुटल्याच्या बातमीमुळे मी आनंदून गेलो. आता तिला न भेटणं शक्यच नव्हतं. मात्र डेरेकनं इशारा दिला होता. आरयूसी, हेरखातं ह्यांना कळू नये म्हणून काळजी घ्यायला हवी होती.

मी आठवडाभर कसाबसा दम धरला. मात्र विचारांमुळे माझी झोप उडाली होती. ती बदलली असेल का? तिला मी आठवत असेन का? तिला माझ्याबद्दल तेवढीच ओढ वाटत असेल का? मी गाडीनं तिच्या घराच्या बाजूला चक्कर मारायचं ठरवलं. तिला घरी फोन करणं वेडेपणाचं ठरलं असतं. हेरखात्यानं तिचा फोन टॅप करणं स्वाभाविक होतं. कारण तिच्या इतर सहकाऱ्यांचे फोन तिला येण्याची शक्यता होती. एका विचारानं मात्र मी धास्तावलो. आरयूसीची माझ्यावरही पाळत नसेल ना?

मी गाडी घेऊन फॉल्स रोडवर गेलो. ह्याआधी मी अनेकदा लष्कराच्या चिलखती वाहनांनी तिथे गस्त घातली होती. पण दिवसाढवळ्या तिथे एकटा जाण्याची पहिलीच वेळ होती.

फॉल्स रोडची दुर्दशा पाहवत नव्हती. रस्ते गलिच्छ होते. सगळीकडे अर्धवट जळालेली वाहनं आणि मोडकळीला आलेली घरं दिसत होती. पूर्वीची हिंमत पार मोडून गेलेली दिसली. रस्त्यावरच्या माणसांचे खांदे पडलेले, माना झुकलेल्या दिसत होत्या. काही मुलं फुटबॉल खेळत होती. पण त्यांच्याही हालचालींमध्ये तारुण्य सुलभ जोष नव्हता.

शनिवार असल्यामुळे पायी गस्त घालणारे सैनिक दिसत नव्हते. कदाचित त्यांनाही वीकएंडला गडबड नको असेल. माझ्या शरीरयष्टीवरून मी सैनिक असल्याचं सहज ओळखू येत होतं. पण मी मुद्दामच कोणतंही ओळखपत्र बाळगलं नव्हतं. शस्त्रही बरोबर नव्हतं. कोणी अडवलं असतंच तर एक-दोन जणांना मी सहज लोळवलं असतं. पण जमावच चालून आला असता तर काही खरं नव्हतं. असं हिंडत असताना मायरीड भेटण्याची शक्यता फार कमी होती. पण आशा सुटत नव्हती. म्हणून मी त्या रस्त्यावर गाडीनं सावकाश फेऱ्या मारत होतो. एखादा पत्ता शोधत असल्याची बतावणी करत होतो. जर एखादा एसएएसचा माणूस अतिरेक्यांच्या तावडीत सापडला तर त्याला हालहाल करून ठार केलं जात असे.

मी ठरवलं की आता शेवटची चक्कर मारून बराकीत परतायचं. मी तिच्या घरापासून दोनशे यार्डांवर होतो. तेवढ्यात समोरच्या सुपर मार्केटमधून एक स्त्री बाहेर पडली. ती मान खाली घालून माझ्या विरुद्ध दिशेनं चालत निघाली. साधारण सव्वा पाच फूट उंच. काळे केस. छे! ती मायरीड असणं शक्य नव्हतं. पण तरीही...

मी तिच्या बाजूला गाडी घेतली आणि वळून तिच्याकडे पाहिलं. तिचा चेहरा नीटसा न दिसूनही माझी खात्री पटली, ती मायरीड होती. मी गाडीच्या काचेवर टिचक्या मारून तिचं लक्ष वेधून घेतलं. तिनं वर पाहिल्यावर माझ्या काळजाचा ठोका चुकला. तिचाही चेहरा भूत पाहिल्यासारखा झाला. तिनं झटकन रस्त्यावरून नजर फिरवली. माझं तिथे एकट्यानं येणं तिला वेडेपणाचं वाटलं असावं. तिनं समोर बोट दाखवलं. पुढे डावीकडे एक वळण होतं. मी वळून गाडी थांबवली. दोनच मिनिटांत ती मागून चालत आली. तिनं जीन्स आणि पांढरा शर्ट घातला होता. चेहऱ्यावर ताण दिसत होता. तिची कांती निस्तेज आणि फिकट वाटत होती. अनेक वर्ष तुरुंगात राहिल्यामुळे तिच्या अंगावर उन्हाची तिरीपही पडली नव्हती. फिकट चेहऱ्यामुळे काळे डोळे जास्तच नजरेत भरत होते. जणू पांढऱ्या कागदावर कोळशाचे ठिपके.

"इथे काय करतोयस?" दहा वर्षांनी प्रथम तिचा आवाज ऐकला.

"तुझं स्वागत करायला आलो.' मी म्हणालो.

"तुझं डोकं फिरलं असलं पाहिजे." तिने खडसावलं. "तुला मी कितीदा बजावलं होतं इकडे येऊ नकोस म्हणून?"

"ठाऊक आहे," मी म्हणालो, "पण मग तुला भेटायचं कसं? कारण तुझा फोन टॅप झालेला असण्याची शक्यता आहे."

"तुला काय हवंय?"

"आपल्याला पुन्हा भेटता येईल?" मी विचारलं आणि मला अचानक

जाणवलं की ती आधीपेक्षा प्रौढ आणि समंजस दिसते आहे. कधी नव्हे ते तिच्या डोळ्यांभोवती हलक्या सुरकुत्या दिसत होत्या.

"इतकं सगळं घडून गेल्यावरही?" तिनं विचारलं.

"म्हणून तर आलोय." मी म्हणालो.

"ठीक आहे. नेहमीप्रमाणे युद्धस्मारकाजवळ भेटू. मंगळवारी रात्री ८ वाजता." ती म्हणाली.

मी गाडी सुरू केली. पुन्हा एकदा रस्त्यावर नजर टाकली. सावकाश गाडी वळवून घेतली. बघणाऱ्याला वाटलं असतं की हा नवखा माणूस त्या मुलीला पत्ता विचारत होता. पाठलाग होत नसल्याची खात्री करण्यासाठी मी अजून २-३ वळणं घेतली आणि घरी परतलो.

हे सगळं कुणाला सांगण्यासारखं नव्हतं. म्हणून मी तो वीकएंड व्यायाम आणि रनिंग ह्यातच घालवला. माझ्या सहकाऱ्यांशी माझे संबंध उत्तम होते. पण त्यांनी किती मुली पटवल्या आणि काय काय पराक्रम केले हे ऐकण्यात मला काडीचाही रस नव्हता. व्यायाम आणि रनिंग करतानाही मी स्वत:शीच स्पर्धा करत असे. तरुणपणी मारामारी करताना माझ्याकडून शक्तीचा जरा जास्तच वापर व्हायचा आणि त्याचा मलाच त्रास होत असे. म्हणून मी फिट असूनही इतरांपासून लांबच राहायचो. मी सिगरेट कधीच ओढत नसे. मद्यपान मात्र मला आवडायचं. पण दुसऱ्या दिवशी मी भरपूर व्यायाम करून त्याची भरपाई करायचो.

मंगळवारी सकाळी मी कसून व्यायाम केला. अंघोळ करून ताजातवाना झालो. भरपूर आफ्टरशेव्ह चोपडलं. आमच्या युनिटमध्ये एकूण ४० सैनिक होते. त्यातले २० एसएएसचे आणि बाकी हेरखात्यातले स्त्री-पुरुष. आयआरएवर लक्ष ठेवणं, त्यांच्या हालचालींची माहिती मिळवणं हे आमचं काम होतं. मी मनाशी हसलो. जर मी एका आयआरए अतिरेक्याला भेटणार आहे हे त्यांना कळलं असतं तर?

पण मायरीडच्या भेटीगाठी परत सुरू झाल्यावर कान आणि डोळे उघडे ठेवणं गरजेचं होतं. तिचे विचार बदलले आहेत की ती आणखी कट्टर झाली आहे हे कळायला मार्ग नव्हता.

काळजी एकच होती. एसएएसमध्ये असल्यामुळे मला गाडी घेऊन जाता येत असे. ह्या गाड्या आम्हाला खाजगी ट्रिपसाठीसुद्धा आधी नोंद करून वापरता येत असत. पण वीकएंडला आम्ही कुठे जाणार आहोत हे सांगावं लागत असे. त्या गाड्या दिसायला साध्या असल्या तरी बुलेटप्रुफ होत्या. त्यांच्या सीट्सदेखील जास्त कडक होत्या. हे जर मायरीडनं ओळखलं असतं तर माझं वेल्डर असल्याचं ढोंग उघडकीला आलं असतं.

मी युद्धस्मारकाच्या चौकाजवळ येऊन थांबलो. त्या उत्साहाच्या भरातही मी पूर्ण सावध होतो. तिचा किंवा माझा पाठलाग होत असल्याची शक्यता नाकारता येत नव्हती.

काही मिनिटांतच ती रस्ता ओलांडून येताना दिसली. मी गाडीचं इंजिन चालू ठेवूनच उतरलो आणि तिला हात करून झटकन गाडीत बसलो. तिच्या बाजूचं दार उघडलं. ती अजूनही फिकट वाटत होती. चेहऱ्यावर गंभीर भाव होते.

"पुन्हा तुला भेटून खूप बरं वाटलं." मी म्हणालो. उत्तरादाखल ती एकदम माझ्याकडे झेपावली आणि माझ्या मिठीत शिरली. तिचं सर्वांग कापत होतं. डोळ्यातून अश्रुधारा वाहत होत्या. "जीझस, स्कॉट, तुला भेटून काय वाटलं हे मी सांगू शकत नाही. गेली १० वर्षं मी तुझ्या सहवासाची, ह्या क्षणाची स्वप्नं पाहत होते. पण तो क्षण आल्यावर मात्र मला सगळं असह्य झालंय."

तिच्या भावनांचा उद्रेक पाहून मी भांबावलो. मुली अशा रडायला लागल्या की नेमकं काय करायचं हे मला कधीच कळत नसे. पण हळूहळू ती सावरली, "तू पुन्हा भेटशील असं वाटलंच नव्हतं," ती म्हणाली, "परवा तुला गाडीत पाहून माझा विश्वासच बसेना."

'बिअर घ्यायची?" मी विचारलं.

"म्हणजे?" ती म्हणाली, "एक बाटली क्षणात रिचवते की नाही ते बघ."

तिनं पर्समधून आरसा काढला. "छे! काय अवतार झालाय माझा."

"मुळीच नाही," मी म्हणालो, "छान दिसतेयस!"

"ए, उगीच खोटं बोलू नकोस." असं म्हणून ती कसनुसं हसली. ते पाहून पुन्हा माझं तिच्यावरचं प्रेम जागं झालं. मी विचारात पडलो. तिनं बॉंबस्फोट केला हे खरं होतं. पण तो तिच्या तत्त्वासांठी. आणि कुणाला इजा न करता. तो खरंच एवढा मोठा गुन्हा होता का?

"आपल्या नेहमीच्या कल्ट्रा पबमध्ये जायचं?" मी विचारलं.

"मला जरा माणसात येऊ दे." ती म्हणाली, "आता चांगली वयस्कर बाई झालेय मी."

"छे, पहिल्यासारखीच गोड मुलगी दिसतेयस." मी तिला जवळ घेत म्हणालो.

आता मात्र आम्हा दोघांनाही धीर धरवेना. मी गाडी गावाबाहेर नेऊन एका शेतात उभी केली. पुढचा एक तास सगळी बंधनं गळून पडली. जगाचा विसर पडला.

भानावर आल्यावर कपडे नीटनेटके करून आम्ही पबमध्ये गेलो.

"ए, मला कुणी ओळखणार नाही ना?" ती म्हणाली.

"वाटत नाही," मी म्हणालो. "कारण त्याला आता दहा वर्षं झाली आणि

तुझा कुठे फोटोही आला नव्हता.''

''खरंय, वय वाढल्यामुळे मी जरा जास्तच संशयी झाले असेन.''

''वयामुळे?'' मी म्हणालो, ''तू अजून तितकीच सेक्सी दिसतेस.''

''आणि तूही तितकाच मर्दानी.''

पुढच्या तीन मिनिटांतच आम्ही बिअरच्या दोन बाटल्या फस्त केल्या आणि आणखी दोन मागवल्या.

''आता छान वाटतंय.'' ती म्हणाली.

''तू सुटून आल्यावर ड्रिंक घेतलंच नव्हतंस?'' मी विचारलं.

''माझ्या भावांच्याबरोबर सेलिब्रेट करायला घेतलं होतं. पण तेव्हा आजच्यासारखं कार्य झालं नव्हतं. सबंध रात्र केव्हा एकदा तुझ्याबरोबर काढते असं झालंय मला. म्हणजे मला तुझे मसल्स डोळे भरून पाहता येतील.''

''लवकरच.'' मी म्हणालो.

आम्ही काही दिवस कुठेतरी एकांतात असलेल्या हॉटेलमध्ये घालवावेत अशी मायरीडची इच्छा होती. मी एका दूरवरचं हॉटेल निवडलं. तिथे माझं एसएएसचे मित्र येण्याची शक्यता नव्हती.

तो वीकएंड मी कधीही विसरणार नाही. पुढचे ७२ तास आम्ही एकमेकांच्या सहवासाचा पुरेपूर आनंद लुटला. खाणं, पिणं आणि सेक्स अव्याहतपणे चालू होतं.

''स्कॉट, मला तू हवा आहेस.'' जवळ घेतल्यावर ती म्हणायची, ''मला तू संपूर्ण हवा आहेस. तुझे हे पीळदार स्नायू, तुझं शरीर, तुझा आत्मा हवाय! माझ्या शरीराचा वाटेल तसा वापर कर. मी नको म्हणाले तरी त्याची पर्वा करू नकोस.''

ती कधीकधी विचित्र आणि आक्रमक वाटायची. तुरुंगातल्या कटू अनुभवामुळे तिचं वागणं बदललंय असं मला वाटू लागलं. ही मायरीड वेगळीच होती. आम्हाला पूर्वीइतकीच एकमेकांविषयी ओढ होती. पण ही पूर्वीची भाबडी, शाळकरी मुलगी नव्हतीच.

मी एकदा तिला तिच्या ह्या वेगळ्या वागण्याबद्दल छेडलं. ''स्कॉट, गेल्या दहा वर्षांत मी काय भोगलंय ह्याची तुला कल्पना नाही.'' ती म्हणाली ''स्त्रियांच्या तुरुंगात काय काय चालतं ह्याची तुला कल्पना नसेल.''

''म्हणजे?'' मी विचारलं.

हळूहळू ती मोकळेपणानं बोलू लागली.

''तुरुंगात गेले तेव्हा मी फक्त अठरा वर्षांची होते. आपल्यात अनिवार ओढ असली तरी आपले संबंध हळुवार होते. पण तिथल्या अनेक बायका वर्षानुवर्षं आत होत्या. त्या पुरुषांच्या सहवासाच्या भुकेल्या होत्या. त्यामुळे माझी गत एखाद्या

खाटकाकडे नेलेल्या बकरीसारखी व्हायची.''

तिला भरभरून बोलायची इच्छा होती. मला ते ऐकण्यात रस होता की नाही हे गौण होतं. पण एकदा सगळं बोलून टाकल्यावर दहा वर्षांत आलेला कडवटपणा तरी नाहीसा झाला असता आणि आमचं नातं अधिक परिपक्व झालं असतं. ''सुरुवातीला ह्या बायका सौम्यपणे वागायच्या. नंतर एकदा काहीजणी माझ्याकडे आल्या. त्यांना माझा 'रक्षक' बनायचं होतं. सुरुवातीला मला काही कळेना. जेलर असताना रक्षक कशाला? मला एकटीला राहणं अशक्य झालं. मला सांगण्यात आलं की जर मी कुणा एकीचा 'रक्षक' म्हणून स्वीकार केला नाही तर जबरदस्ती केली जाईल. मला जिंकण्यासाठी त्या पत्त्याचे डाव खेळत होत्या.''

'मी चौकशी केल्यावर सगळ्या मला हसायच्या. जी माझी रक्षक बनेल तिला माझ्याबरोबर लैंगिक संबंध ठेवता येणार होते. मी तरुण आणि निरागस असल्यामुळे अनेकींना माझ्याबद्दल आकर्षण वाटायचं.

''मी गोंधळून गेले. मी त्यांना म्हणाले की फक्त पुरुषांनाच बायकांबद्दल लैंगिक आकर्षण असतं. त्या पुन्हा खिदळल्या 'कळेल तुला लवकरच'. त्यातली एक म्हणाली.''

मी शांतपणे ऐकत होतो. प्रश्न विचारायचं धाडस होत नव्हतं. पण तिला सगळं सविस्तर सांगायचं होतं.

ती माझी नजर चुकवून बोलू लागली.

''एकदा एक विशीची मुलगी माझ्याकडे आली. एका पोलिसावर हल्ला केल्याबद्दल तिला सहा वर्षांची शिक्षा झाली होती. ती म्हणाली की माझ्या सुरक्षेसाठी तरी मला एकीचा रक्षक म्हणून स्वीकार करावाच लागेल. ती म्हणाली, 'तू जर नकार दिलास तर त्या तुझ्यावर अनन्वित लैंगिक अत्याचार करतील. एकीनं असाच नकार दिला. तिच्यावर एवढे भयानक अत्याचार झाले की ती शरीरानं आणि मनानं पूर्ण उद्ध्वस्त झाली. तिला अक्षरश: जनावरासारखं वागवलं गेलं.''

अखेर मायरीडला एकीची रक्षक म्हणून निवड करावीच लागली. रात्री तिच्याबरोबर झोपावं लागे. ती मनाला येईल ते करत असे.

''आणखी एका मुलीला असाच भयानक अनुभव आला. तिनं नकार दिल्यावर तिच्यावर असेच अत्याचार झाले. तिला रात्री झोपणं अशक्य झालं. कोणत्या क्षणी ह्या बायका झडप घालतील ह्याचा नेम नव्हता. तास न् तास तिच्यावर शारीरिक अत्याचार होत. शरीर जखमांनी भरून जात असे. अखेर तिलाही एक 'रक्षक' निवडावीच लागली.''

एका रात्री मायरीडचे दोन धिप्पाड बायकांनी असेच हाल केले. मायरीड म्हणाली, ''मी माझ्या नवीन मैत्रिणीला विचारलं. ती म्हणाली की त्या पुन्हा येतील.

तू कुणातरी एकीची निवड करेपर्यंत तुला उसंत मिळू देणार नाहीत. मी जेलरकडे तक्रार करण्याचा विषय काढला. पण तिनं मला वेड्यात काढलं. ती म्हणाली की मी असं काही केलं तर ३-४ वर्षं तुला नरकयातना भोगाव्या लागतील आणि इथून बाहेर पडेपर्यंत तू पूर्ण भ्रमिष्ट झालेली असशील. जिवंत राहिलीस तर नशीब.''

''मी तरुण आणि देखणी असल्यामुळे अनेक बायकांचा माझ्यावर डोळा होता. म्हणून काही मुली माझ्यावर जळत असत. माझा चेहरा विद्रुप करण्याचा किंवा माझ्या अंगावर उकळतं पाणी फेकण्याचा त्यांचा विचार होता. हे सगळं अर्माघ तुरुंगात नित्याचं होतं. ज्या तुरुंगात लहान शिक्षा भोगणाऱ्या बायका होत्या, तिथे परिस्थिती इतकी वाईट नव्हती, पण आमच्या विभागात मात्र बायका हिंस्त्र झालेल्या असत.''

ती म्हणाली की तिला अखेर ह्या परिस्थितीशी जुळवून घ्यावंच लागलं. मारी-टेरीस नावाची एक बाई तिला भेटली. ती २८ वर्षांची होती. मायरीड म्हणाली, 'तिला आयआरएची सदस्य असल्याबद्दल १० वर्षांची शिक्षा झाली होती. ती माझ्यापेक्षा उंच आणि मजबूत होती. तिचं लग्न झालं होतं पण तिला मूलबाळ नव्हतं. तरीही ती आतून सौम्य वाटली. तिच्या 'खास' मैत्रिणींना ती वाईट वागवत नसे आणि ती आयआरएची सदस्य असल्यामुळे इतरजणीही तिला वचकून असत. तिनं माझी काळजी घेण्याचं आश्वासन दिलं. आम्ही जेवायला, जिममध्ये बरोबर जाऊ लागलो. इतरांचा त्रास कमी झाला. आता आमच्या संबंधांचं मला काही वाटेनासं झालं. माझा आत्मविश्वास परत आला.''

''छे! फारच भयानक. तू कसं जमवून घेतलंस?'' मी म्हणालो.

''पर्यायच नव्हता. आतलं आयुष्य किती वाईट आहे ह्याची सगळ्यांना कल्पना नसते. आत गेले तेव्हा मी लहान होते. धड आयुष्य बघितलंही नव्हतं. आणि नंतर आयुष्यातली सर्वात काळी बाजू अनुभवली.''

मायरीडची आणि मारी- टेरीसची मैत्री वर्षभर टिकली. नंतर मायरीड स्वत:च चळवळीत भाग घेऊ लागली. त्यांच्या चर्चा होऊ लागल्या. तिला खऱ्या मैत्रिणी मिळाल्या आणि तुरुगांत खितपत पडूनही ती आयरिश राष्ट्रवादी चळवळ नेटानं चालवू लागली.

दहा

दहा दिवसांनी मी मायरीडला मरीनो स्टेशनवर भेटलो. तिथल्या दगडी पुलावर उभा राहून तिची वाट पाहताना मनात एकच विचार होता. तिनं अर्माघ तुरुंगात दिवस कसे काढले असतील? एवढे वाईट अनुभव कसे पचवले असतील? ट्रेनमधून उतरून ती माझ्या दिशेनं येऊ लागली. इतकी तरुण आणि अननुभवी वाटणारी मुलगी कशी टिकली असेल? ती इतकी छोटीशी आणि असहाय्य वाटत होती की मला तिच्याबद्दल विलक्षण कणव वाटू लागली. तिच्या आयुष्यात आनंद, मौज आणावी असं वाटू लागलं. ऐन उमेदीची १० वर्ष तिनं तुरुंगात काढली होती.

मला पाहिल्याबरोबर तिच्या चेहऱ्यावर प्रसन्न हास्य पसरलं. गाडीत बसताक्षणी तिनं माझ्या अंगावर झेपावून माझं दीर्घ चुंबन घेतलं. एवढा आघात पचवूनही तिचं इतकं आनंदी आणि प्रेमात असणं मला भावलं.

"छान दिसतेस आज." मी मनापासून म्हणालो.

"थँक्स."

"इतके दिवस काय करत होतीस?" मी विचारलं.

"विशेष काही नाही." तिनं विषय टाळला.

"थोडं तरी सांग." मी म्हणालो.

"सगळं सविस्तर नंतर केव्हातरी सांगीन." ती म्हणाली, "पण आता शिक्षणाकडे लक्ष द्यावं म्हणते. मला निर्णय घ्यायला चांगली १० वर्षं मिळाली. पण आता काय करावं हे कळत नाही. वेडेपणा आहे ना?"

शिक्षणाचा मला स्वत:ला भारी कंटाळा यायचा. शाळा संपल्यावर लोक तीन तीन वर्ष कॉलेजमध्ये का शिकायचे हे मला कधीच कळलं नाही. आता माझ्या पुढच्या शिक्षणाची जबाबदारी लष्कराची होती.

तरीही मी म्हणालो, ''तसं काही नाही. शिक्षण केव्हाही चांगलंच, पण तुला नोकरी करायची नाही?'' ती एखाद्या ऑफिसमध्ये नोकरी धरेल असं मला वाटत होतं.

''छे!'' ती म्हणाली, ''मी तुरुंगात खूप विचार केला. शिक्षणाशिवाय चांगली नोकरी मिळणारच नाही. उगीच कुणाची सेक्रेटरी होऊन आयुष्यभर हुकूम पाळायचे नाहीत मला. आता माझे निर्णय मी स्वत: घेणार आहे.''

तिचं म्हणणं बरोबर होतं. मला एकाएकी एक गोष्ट जाणवली. सैन्यापेक्षा तुरुंग कितीतरी पटीनं वाईट. आम्हालाही आज्ञा तंतोतंत पाळाव्या लागायच्या पण निदान सैन्यातून बाहेर पडणं हा पर्याय होता. पण मायरीडला तुरुंगात ते शक्य नव्हतं. म्हणूनच सकाळपासून रात्रीपर्यंत दुसऱ्याचे हुकूम पाळणं खूपच क्लेशकारक असलं पाहिजे.

''समजतंय मला.'' मी म्हणालो.

''तुला खरंच समजतंय स्कॉट?'' ती आवाज चढवून म्हणाली. सुटका झाल्यावर आज पहिल्यांदाच ती इतकी गंभीर वाटत होती.

''हो'' मी म्हणालो, 'सैन्यात किंवा पोलिसात असंच असतं. सततचं आज्ञा पालन.''

''मुळीच नाही.'' ती उसळून म्हणाली. ''तुरुंगात स्वत:ला काहीच ठरवता येत नाही. सकाळी दात घासण्यापासून सगळं इतर ठरवणार. केव्हा उठायचं, चहा घ्यायचा, जेवायचं हे सगळं त्यांच्या इच्छेवर. अगदी अंघोळ आणि बाथरूमला जाण्यासकट. आणि तू म्हणतोस तुला समजतंय! खरंच कल्पना आहे तुला?''

''हो. आलं लक्षात.'' तिच्या उद्रेकानं मी काहीसा चकित झालो.

''खोटं,'' तिचा हल्ला चालूच होता. 'तुरुंगात स्वत: गेल्याशिवाय हे समजणं शक्य नाही. आयुष्य स्वत:चं राहात नाही स्कॉट. अतिशय मानहानीकारक आणि अपमानास्पद. गुंड बायका अतिशय वाईट वागवायच्या. स्वत:चीच घृणा वाटायची. पण त्यांच्या हाती सत्ता असल्यामुळे काहीही करता येणं शक्य नसे. तुमच्या आयुष्यावर त्यांची हुकूमत असते. आणि पुरेपूर अत्याचार करून झाल्यावर त्यांचा मोर्चा आणखी एखाद्या दुर्दैवी मुलीकडे वळतो.''

मला ठाऊक होतं की तिच्या संतापाचा रोख माझ्याकडे नाही. त्यामुळे मी स्वत:ला शांत राहायला बजावत असे. वाद न घालता तिचं बोलणं ऐकायचो. सगळं बोलून झाल्यावर तिचं मन हलकं होत असे. माझ्यावर असा प्रसंग गुदरला

असता तर? दहा वर्षं तुरुंगवासाच्या कल्पनेनंच माझ्या अंगावर काटा आला. अर्थात माझ्या अंगावर हात टाकण्याचं कोणी धाडस केलं असतं तर मी त्यांना ठोकून काढलं असतं हा भाग वेगळा.

"तुझ्या नरकयातना मला समजतीलच असं नाही." मी म्हणालो, "पण माझ्याकडून काही होण्यासारखं असेल तर जरूर सांग."

"बरोबर आहे." ती शांत होत म्हणाली. आता तिचा राग बाहेर पडला होता.

"मनातला सगळा राग बाहेर येऊ दे.' मी म्हणालो, 'मी एक उत्तम पंचिंग बॅग आहे."

"सॉरी," ती म्हणाली, "ते सगळे विशेषत: पहिल्या दोन वर्षांतले अनुभव आठवले की खूप असुरक्षित आणि तुच्छ असल्यासारखं वाटतं म्हणून ती चीड आणि अगतिकता असह्य होते."

"नंतर परिस्थिती सुधारली?" मी विचारलं.

"हो. पण नियतीवर ताबा मिळवल्यानंतरच."

"म्हणजे?" मी विचारलं.

"बरं, आता माझ्या खाण्यापिण्याची काही सोय करणार आहेस की आपण रात्रभर गाडीतच बोलत बसणार आहोत?" तिनं विषय बदलला.

"बरं, चल." मी गाडी सुरू करत म्हणालो, 'ड्रिंक घेऊन काहीतरी खाऊ.'

आम्ही निघालो. वाटेत ती माझ्या मांडीवर हात फिरवत होती. जणू तिला त्या स्पर्शानं शक्ती मिळवायची होती.

"छान वाटतंय." मीही तिच्या मांडीवर हात ठेवत म्हणालो.

"ए, ते नंतर," मी म्हणाली, "मला तहान आणि भूक लागलीय."

आम्ही गावापासून लांब एका पबमध्ये गेलो. मला माझ्या मित्रांनी हा पत्ता दिला होता. तो गावाबाहेर असल्यामुळे वीकएंड सोडून फारशी वर्दळ नसायची. आजही पब जवळजवळ रिकामाच होता. मी बारजवळ जेवण आणि ड्रिंक आणायला गेलो. मायरीड एका कोपऱ्यातल्या टेबलावर बसली. दोन बाटल्या बिअर आणि पोटभर जेवण झाल्यावर मात्र ती रिलॅक्स झाली. पुढचा वीकएंड कुठे काढावा ह्याबद्दल बोलू लागली. बेलफास्ट आणि तिथल्या कटकटींपासून लांब जावसं तिला वाटत होतं.

पण मला मात्र आता अपराधी वाटू लागलं. माझं वेल्डर असल्याचं ढोंग मी चालूच ठेवलं होतं. बेलफास्ट, स्कॉटलंड, जर्मनी अशा ठिकाणची काल्पनिक कामंही चालू होती. प्रत्यक्षात मात्र एसएएस सारख्या कसलेल्या तुकडीचा सदस्य असल्याचा मला विलक्षण अभिमान होता. उत्तर आयर्लंड मधल्या अतिरेक्यांना शोधणं, अटक करणं आणि ठार करणं हीच आमची कामं होती. एकत्रित आयर्लंड

हा त्यांना त्यांचा हक्क वाटत असे आणि ह्याच हक्कांसाठी भांडणारी, त्यापायी तुरुंगवास भोगलेली मायरीड माझ्यापाशी मन मोकळं करत होती. मीसुद्धा तिचा अदृश्य शत्रूच आहे ह्याचा तिला पत्ता नव्हता.

तिची ट्रेन यायला १५ मिनिटं अवकाश होता. पण तेवढ्यात आम्ही शरीरसुख मिळवलंच.

त्याच काळात तिनं आणखीही काही गोष्टी सांगितल्या. तुरुंगात असताना तिचे विचार बदलले होते. आयरिश राष्ट्रवादी चळवळीला आधी तिचं फक्त समर्थन होतं नंतर मात्र ती प्रोव्हिजनल आयआर ए ची कट्टर सदस्य बनली.

१९८६-८७ च्या हिवाळ्यात योगायोगानं मला एका मित्राचा बेलफास्टमधला फ्लॅट वापरायला मिळाला. त्याला तीन महिन्याच्या प्रशिक्षणासाठी लंडनला जावं लागलं. त्याला फ्लॅटची देखभाल करायला कोणीतरी हवं होतं. आम्हालाही तो सोयीचा होता. तिथल्या बसस्टेशनपासून आम्ही त्या बिअर्सब्रिज रोडवर असलेल्या फ्लॅटमध्ये जात असू आणि एखादी संध्याकाळ किंवा वीकएंडला पूर्ण रात्रही एकत्र काढत असू. ते खूप सुखाचे दिवस होते. आम्ही आठवड्यातून एकदा तरी भेटायचो. आणि प्रत्येक वेळी शरीरमीलन झाल्याशिवाय आमचं समाधान होत नसे. फ्लॅटमध्ये शिरायच्या आधीच मी तिचे कपडे काढायला लागायचो.

'ए, चावट कुठला.' ती लटक्या रागानं म्हणायची. पण ती फ्लॅटच्या बाहेर यायला मात्र मुळीच तयार नसे. खरंतर हा बेलफास्ट मधला प्रोटेस्टंट भाग होता. कॅथलिक्स त्याच्या आसपासही फिरकत नसत. पण तिला धोका पत्करायचा नव्हता. मलाही ते बरंच होतं. कारण माझे सहकारी भेटण्याचा धोका होता. त्यांना जरी मायरीड दहशतवादी असल्याची कल्पना नसली तरी ब्रिटिश सैनिक माझे मित्र कसे हा प्रश्न तिनं नक्कीच विचारला असता.

बहुतेक वेळा आम्ही बिअर, वाईन आणि जेवण घेऊनच घरी जात असू. आमच्या मेसमध्ये माझं पोटभर जेवण झालेलं असायचं. रात्री फक्त तिला कंपनी देण्यापुरतं. काही काळ सहवास झाल्यावर ती मोकळेपणानं बोलत असे. मी श्रोत्याचं काम करायचो. कारण मलाही तिचे नेमके विचार, तिचं प्रोव्होजना समर्थन ह्याबद्दल जाणून घ्यायची इच्छा असे. पण ही फक्त माझी उत्सुकता होती? की माझं एसएएसचं प्रशिक्षण वरचढ ठरत होतं? पण एक गोष्टी नक्की, वाटेल ते झालं तरी परत तुरुंगात जायची तिची तयारी नव्हती.

पण तो माझा गैरसमज होता.

ती तुरुंगातल्या आयआरए चळवळीबद्दल बोलायची. तिच्यासह फार कमी मुलींनी डर्टी प्रोटेस्टमध्ये घाणेरड्या चळवळीत - भाग घेतला होता. लाँग केशमधल्या फक्त पुरुषांचीच ती चळवळ असल्याची माझी समजूत होती. त्यांनी दाढी, अंघोळ

करणं, संडास साफ करणं सोडून दिलं होतं.

ती म्हणाली, 'आम्ही त्यांचंच अनुकरण केलं. आम्हाला सामान्य गुन्हेगारांसारखं न वागवता युद्धकैद्यांचा दर्जा मिळावा अशी आमची मागणी होती. आणि ती कधीच मान्य होणार नाही असं तिथल्या गुंड बायकांचं म्हणणं होतं.

आम्ही असं काही केलं तर आमची आणखी वाईट अवस्था होईल असं त्यांनी धमकावलं पण आम्ही त्यांना भीक घातली नाही. आम्ही एच ब्लॉकमधल्या पुरुष कैद्यांशी संपर्क ठेवून होतो.

ब्रिटिश सरकारच्या दृष्टीनं मात्र हे हिंसक गुन्हेगारच होते आणि वाटेल ते झालं तरी नियम पाळावेच लागतील असा सरकारचा आग्रह होता.

गुंड बायका आमच्या कोठडीत आल्या की, मलमूत्राची भांडी अपघातानं आडवी व्हायची. मग त्या बायका पाण्याच्या बादल्या आणि फडकी देऊन आम्हाला ती घाण साफ करायला भाग पाडत. आधी आम्ही त्यांचं ऐकलं. पण नंतर साफ नकार दिला. पण ती आमची चूक ठरली.

त्या बायका आम्हाला एकेक करून बाहेर नेत. मग आमचे कपडे काढून थंड पाण्याचे जोरदार फवारे मारुन आम्हाला धुवून काढत. मग साबण लावून अक्षरश: मोरी घासायच्या ब्रशनं आमची शरीरं घासून काढत. मग आमच्या अंगावर जंतुनाशक द्राव ओतला जाई. परत कोठडीत येताना आमची शरीरं रक्तबंबाळ झालेली असत.''

ती म्हणाली की परिस्थिती दिवसेंदिवस बिघडू लागली. कोठडीच्या भिंती, जमिनी, मलमूत्रानं भरून गेलेल्या असत. त्या एकमेकींना धीर द्यायचा प्रयत्न करत, पण ती मानहानी, घाण दुर्गंधी असह्य होत असे.

गुंड बायकांनाही हे असह्य होत असे पण त्यांनी त्रास देऊनही डझनभर बायका निग्रहानं अंगावर मलमूत्राची पुटं चढलेल्या अवस्थेत बसून राहात.

ह्या चळवळीत भाग घेण्याचं धैर्य मायरीडनं दाखवण्याचं ऐकून मी थक्क झालो. पण तुरुंगात तिची पत वाढली होती. पण अशा भयानक अवस्थेत अनिश्चित काळपर्यंत राहण्याचं धैर्य कुठून आलं असं मी एकदा विचारलं.

''इच्छा शक्ती'' ती म्हणाली, ''मनोधैर्य टिकवण्यासाठी आम्ही रिपब्लिकन गाणी म्हणून एकमेकींना प्रोत्साहन द्यायचो. आयरिश भाषा, इतिहास ह्याबद्दल सांगत असू. ब्रिटिश राजकारणी आणि सैनिकांनी शेकडो वर्षं केलेल्या अत्याचाराच्या कथा सांगत असू. गुंड बायकांना भीक घालणं आम्ही सोडून दिलं होतं. उलट आता त्यांचंच मरण अटळ असल्याची धमकी त्यांना द्यायचो. आज ना उद्या ब्रिटिश सरकार आंतरराष्ट्रीय विशेषत: अमेरिकेच्या दबावाखाली आम्हाला युद्धकैद्यांचा दर्जा देईल हे आम्ही जाणून होतो.

शिक्षा म्हणून आम्हाला वर्तमानपत्र, टी.व्ही या पासूनही दूर ठेवलं जात असे. पण सर्व बातम्या आमच्यापर्यंत यायच्याच. मेझमधले सहकारी आणि आम्ही एकमेकांना धीर देत होतो. अशा अवस्थेत टिकून राहणं हा चमत्कारच होता. पण शेवटी आमची जिगर दुर्दम्य ठरली.''

'''कधी कोलमडून पडशील असं वाटलं नाही?'' अशा परिस्थितीत तिचा निभाव कसा लागला हे मला कळेना.

''अनेकदा. विशेषत: एकांतवासाची शिक्षा मिळाल्यावर?''

''काय? तुला एकांतवासात ठेवलं गेलं?'' मी चकित होऊन विचारलं.

''हो.'' ती म्हणाली, ''त्या एका गोष्टीची मला खूप धास्ती वाटायची. सहकाऱ्यांचा आधार तुटायचा. संपूर्ण आठवडा अंधारकोठडीत काढावा लागायचा. कुणाशी भेट नाही की बोलणं नाही. वर एकच मिणमिणता दिवा. मी डर्टी प्रोटेस्ट मध्ये भाग घेतल्यामुळे अंगावर बोटभर कपडाही नव्हता. शरीर झाकायला फक्त एक ब्लँकेट.

मी कशी जिवंत राहिले देव जाणे. एकाकीपणामुळे आणि असहाय्यपणामुळे मी रात्र रात्र रडून काढायची. पण माझं रडणं त्या गुंड बायकांना जाणवू नये म्हणून मी तोंडात ब्लँकेटचा बोळा कोंबत असे. मी फार एकटी पडले होते रे.''

एकाएकी तिचे डोळे भरून आले. तिने माझ्या ओठांना स्पर्श केला.

''मला तुझी आठवण यायची. आपली परत भेट होईल का? तू काय करत असशील? मला विसरला तर नसशील ना? असे विचार मनात यायचे. त्या कॉनवे बॉबनंतर तू माझा नाद सोडला असशील असं मी धरून चालले होते. कुणीही असंच केलं असतं. पण आम्ही कुणालाही इजा केली नव्हती. ह्याची जाणीव होऊन तुला माझी आठवण यावी असं वाटे. मला तुझी फार गरज होती. तुझ्या मजबूत बाहूंची, तुझ्या प्रेमाची ओढ लागली होती. कधी कधी मला अशी वेडी, बालिश आशा वाटायची की तू एखाद्या राजपुत्रासारखा येऊन माझी सुटका करशील. मग मी स्वत:ला चिमटा काढून भानावर यायची. मी फार एकटी पडले होते!''

ह्या आठवणींमुळे भावनांचा उद्रेक होऊन मायरीड थकून जायची. मग तिला एखाद्या लहान मुलासारखं घेऊन आंजारावं गोंजारावं लागायचं. तिचं रडू थांबेपर्यंत मी तिला कुशीत घ्यायचो. कधी तिला ह्या अनुभवांबद्दल भरभरून बोलावंसं वाटे तर कधी त्यांना मनातून हद्दपार करावंसं वाटे.

म्हणून मी हा विषय स्वत:हून काढत नसे. तिला वाटेल तेव्हा ती स्वत:च सांगायची. ह्या सर्व घटनांमुळे तिच्या मनावर खोल जखम झाली होती. ते वास्तव स्वीकारणं तिला जड जाई. मला कधीकधी असंही वाटायचं की ती आणखी काही भीषण अनुभव माझ्यापासून लपवून ठेवतेय.

अशाच एका रात्री फ्लॅटवर असताना ती तिच्या उपोषणाबद्दल सांगू लागली. नुकतंच आम्ही तिचा आवडता रस्सा आणून पोटभर जेवलो होतो.

"मस्त झालं जेवण." ती म्हणाली.

"तुला असाच रस्सा आवडतो ना?" मी विचारलं.

"एवढा नाही. पण मला त्याची आठवण यायची." ती म्हणाली, "अर्माघ मध्ये मिळणारी करी अगदीच पाणचट असायची. मला भरपूर मसाला, लसूण घातलेला भारतीय पद्धतीचा रस्सा आवडतो. मी उपोषणाला बसले होते, ठाऊक आहे?"

"उपोषण? कधी बोलली नाहीस?" मी आश्चर्यानं म्हणालो.

"छे." ती म्हणाली, 'डर्टी प्रोटेस्ट संपल्यानंतर डिसेंबर १९८० मध्ये मी, मेरी डायल आणि मायरीड न्यूजंट अशा तिघींनी उपोषण सुरू केलं. मेझमधले काही पुरुष हेच करत होते. एका मीटिंगमध्ये प्रोव्होजनी आमच्यापैकी कुणाची तयारी आहे का? असं विचारलं. मी, मेरी आणि दुसरी मायरीड अशा तिघींनी हात वर केले. आम्ही अन्नत्याग केला. फक्त थोडं पाणी घ्यायचो."

"पण हे तिथल्या अधिकाऱ्यांना ठाऊक होतं का?" मी विचारलं.

"अर्थातच. आम्ही त्या गुंड बायकांना सांगितलं. मग ती बातमी पसरायला वेळ लागला नाही. आमच्या उपोषणाची मात्र त्यांना धास्ती वाटायची. त्यांना कोणी हुतात्मा व्हायला नको होतं. उपासमारीनं आमच्यातलं कोणी दगावलं असतं तर पश्चिम बेलफास्टमध्ये हिंसाचाराचा आगडोंब उसळला असता. डर्टी प्रोटेस्टच्या वेळी त्यांना आमच्या सहनशक्तीचा प्रत्यय आलाच होता. त्यामुळे ते आमच्या मृत्यूला घाबरत होते."

"अन्न सोडल्यावर काही दिवसांतच आम्हाला हॉस्पिटलमध्ये हलवलं गेलं. आमची शक्ती हळू हळू आटत चालली होती. आमचे दिवस भरले असंच आम्हाला वाटू लागलं होतं. पण तरीही आम्ही अन्न घेतलं नाही. उपचाराशिवाय कोणी दगावणं ब्रिटिश सरकारला गैरसोयीचं ठरलं असतं."

"मग नेमकं काय झालं?' मी विचारलं.

"नंतरचं फारसं आठवत नाही." ती म्हणाली, "मी खूप गळून गेले होते. उठून बसण्याइतकीही शक्ती नव्हती. त्यांनी देऊ केलेलं अन्न मी नाकारायची. फक्त 'पाणी' एवढा शब्द कसाबसा बाहेर पडायचा. एकदोनदा त्यांनी पाण्यात मीठ आणि साखर घातली. पण मी ते थुंकून टाकलं. डोळे उघडले की फक्त डॉक्टर्स आणि नर्सेस एवढेच दिसायचे."

"मग उपोषण संपलं कधी?" मी विचारलं.

"एके दिवशी मला प्रोव्होजमधली एक मैत्रीण भेटायला आली. बाकी सगळे

खोली बाहेर गेले. मला बोललेलं समजेल का असं तिनं विचारलं. मी कशीबशी 'हो' म्हणाले. कोरडेपणामुळे जीभ सुजली होती. ती म्हणाली की शिनफेन संघटना माझ्या प्रकृतीवर बारीक लक्ष ठेवून होती. माझ्या धैर्याचं सगळ्यांना खूप कौतुक वाटत होतं. पण आता काही राजकीय सवलती मिळाल्यामुळे मी उपोषण मागे घ्यावं असं त्यांनी सुचवलं. एका शिस्तीच्या सैनिकासारखी मी आज्ञा पाळली. मला शुभेच्छा देऊन ती मुलगी निघून गेली.''

''नंतर तुला त्रास झाला?'' मी विचारलं.

''मुळीच नाही.'' ती म्हणाली, ''हॉस्पिटल मधले सगळे माझ्याशी खूप चांगलं वागले. मी मागेन ते खायला मिळायचं. मात्र त्यांनी सुरुवातीला मला जरा बेतानं खायला सांगितलं. माझ्या पोटाला आणि शरीराला अन्नाची सवय नव्हती. आधी बेबीफूड आणि साखरपाणी घेतल्यावर हळूहळू जेवण जाऊ लागलं. पण इच्छा असूनही भात आणि रस्सा मिळालाच नाही.''

''मग बरं व्हायला किती वेळ लागला?'' मी विचारलं.

''एक आठवड्यात बरं वाटायला लागलं. पण पहिल्यासारखं व्हायला महिनाभर. दिवसागणिक माझी प्रकृती सुधारतेय असं तुरुंगातल्या बायका म्हणायच्या. पण आरशात मात्र मला स्वत:चा चेहरा फिकटच दिसायचा. तेवढ्यात बातमी आली की ब्रिटिशांनी शब्द फिरवून दिलेल्या सवलती रद्द केल्या आहेत. माझे कष्ट मातीमोल झाले होते. फसवणूक झाल्याच्या भावनेतून मी कधी नाही इतकी रडले. ब्रिटिशांबद्दलचा द्वेष उफाळून आला.'

मी जरा धास्तावलो. आता मात्र माझी गोड मायरीड प्रोव्होजची पूर्ण वेळ सदस्य झाल्याची माझी खात्री पटली. आता ती फक्त आयर्लंडच्या एकीकरणाला पाठिंबा देणारी मुलगी नव्हती. तिच्या हृदयात ब्रिटनद्वेषाची आग पेटली होती.

पुढचा आठवडाभर मी ह्याच गोष्टीचा विचार करत होतो. मला एक जाणवलं की तिच्या जागी मी असतो आणि मला असाच अनुभव आला असता तर माझीही सूडभावना उफाळून आली असती.

कधीकधी तिला सोडून द्यावं असा विचार मनात यायचा. जर्मनीला जाण्याचं निमित्त सांगून संबंध कायमचे संपवावेत असं वाटायचं. माझं खरंच तिच्यावर प्रेम होतं का? माझ्या देशाचा इतका द्वेष करणाऱ्या मुलीवर मी का प्रेम करत होतो? विचार करून डोकं फुटायची वेळ आली. हे सगळं कुणाजवळ बोलून मन मोकळं करायची सोय नव्हती, कारण त्यानं लगेच वरिष्ठांना कळवलं असतं आणि मग आमचे संबंध आणि माझी एसएएस मधली कारकीर्द, सगळंच संपलं असतं.

माझं काम मला मनापासून आवडायचं. कठोर सराव, व्यायाम आणि खरीखुरी शिपाईगिरी करण्याची संधी. पण फॉकलंडचा अनुभव मात्र पुन्हा येऊ

नये असं वाटायचं. कारण त्या भयानक, गोठवणाऱ्या हवामानात तीन आठवडे काढूनही प्रत्यक्ष युद्धात भाग घ्यायला मिळालाच नव्हता. सशस्त्र चकमकी व्हायच्या त्या आयर्लंडमध्येच. ह्या विध्वंसक आणि छुप्या युद्धाचं आव्हान वेगळंच होतं. सामान्य नागरिक कोण आणि शत्रू कोण हे कळायला मार्ग नव्हता. कोण, कधी मागून गोळी घालून जीव घेईल हे कळत नव्हतं. कायम सतर्क राहावं लागे. आणि त्यातही मी आयुष्यातला एकमेव, अविश्वसनीय अनुभव घेत होतो. शत्रुपक्षाच्या, बॉंबस्फोट घडविण्याची तयारी असलेल्या एका तरुणीच्या मी प्रेमात पडलो होतो.

मायरीडचं आयआरए ला फक्त समर्थन आहे की प्रोव्हो किंवा ॲक्टिव्ह सर्व्हिस युनिटच्या प्रत्यक्ष कारवायांमध्ये तिची भाग घ्यायची तयारी आहे हे मला कळत नव्हतं. पण नुकतीच सुटून आल्यामुळे तिच्यावर सुरक्षादलांची पाळत असावी असा प्रोव्हेजचा अंदाज असावा.

पण जर तिच्याकडून एखाद्या पूर्वनियोजित हल्ल्याची माहिती मिळाली तर मी ती वरिष्ठांना कळवीन हे मला ठाऊक होतं. त्यामुळे मी एखादी दुर्घटना टाळू शकलो असतो. कदाचित माझं प्रेमप्रकरण चालू ठेवण्यामागचं हेही एक कारण असावं. जणू मी हेरगिरी करत होतो. कधीकधी माझी सद्सद्विवेकबुद्धी जागी व्हायची. मी मूर्खपणा करतोय हे जाणवायचं. पण तिचं धैर्य, प्रामाणिकपणा ह्याचं कौतुकही वाटायचं. तिची आठवण होताक्षणी तिच्या सहवासाची ओढ अनावर व्हायची. आणि प्रत्यक्ष मीलनानंतर तर जणू जादू व्हायची. कोणत्याही स्त्रीशी माझं इतकं खोल नातं जडलं नव्हतं.

आणि तरीही....

एक गोष्ट मला पक्की ठाऊक होती की जीवन मरणाचा प्रसंग आला असता तर मी तिला गोळी घालायला कचरलो नसतो. ती जर निरपराध लोकांवर बॉंब फेकणार असती तर हे करण्याइतकं मनोबल आणि निष्ठा माझ्याजवळ होतीच. कदाचित एसएएस च्या प्रशिक्षणामुळे किंवा चांगल्या वाईटाची जाण असल्यामुळे, पण माझा जीव वाचवण्यासाठी मी तिचा जीव घेतला असता? हे विचार पिच्छा सोडत नसत. रात्री मी दचकून जागा व्हायचो. पण एक गोष्ट मला मनोमन ठाऊक होती. तिला ठार करणं मी टाळायचा प्रयत्न केला असता. हातघाईच्या युद्धतंत्रात मी तरबेज होतो. समोरच्याला क्षणात नि:शस्त्र करणं माझ्या हातचा मळ होता. ह्या सर्व गोष्टींमुळे मी जास्तच कसून व्यायाम करू लागलो. शस्त्राविना लढाईचं तंत्र पूर्णत्वाला नेलं. त्यामुळेच आमचे संबंध चालू ठेवण्याचं बळ मिळालं.

पण मला धोका पत्करायचा नव्हता. जरी कुणी दगावणार नसलं तरी दहशतवादी कृत्यात भाग घ्यायला ती कचरत नव्हती. आता तिनं रिपलिब्कन चळवळीत

स्वत:ला पूर्ण झोकून दिलं होतं. ब्रिटिश सैन्याला हाकलून द्यायला ती प्रोव्होजना लागेल ती मदत करणार होती. आता मी तिचं आयुष्य, प्रोव्होजच्या कारवाया ह्याबद्दल जरा जास्तीच चौकसपणा दाखवू लागलो. पण आता ती पूर्वीसारखं मला विश्वासात घेऊन सगळं सांगेल असं वाटत नव्हतं. अर्माघ मधल्या १० वर्षाच्या कठोर तुरुंगवासानंतर ती पक्की व्यावसायिक झाली होती.

अशाच एका धुंद रात्री तिनं मला 'डर्टी प्रोटेस्ट' व्यतिरिक्त काय केलं हे सांगितलं. "तुरुंगात माझं डोकं ताळ्यावर यायला दोन वर्ष लागली. विनाकारण भांडण्यापेक्षा मी तो काळ सत्कारणी लावायचं ठरवलं."

हे सांगताना मायरीड गुरफटून माझ्या कुशीत झोपायची. संरक्षणाची गरज असल्या सारखी. पण ती माझ्याकडे न पाहता छताकडे पाहत बोलायची. तिला माझा आधार हवा होता. पण तरीही ती माझी नजर चुकवायची. मी तिचा विश्वासू श्रोता आणि सल्लागार झालो होते. माझी ह्याला तयारी होतीच.

"मी मुद्दाम कट्टर रिपब्लिकन कैद्यांना शोधून ओळख वाढवायची. विशेषत: प्रोव्होजचं काम करणाऱ्यांची. आमचा २० जणींचा एक ग्रुप तयार झाला. सगळ्या विशीतल्या आणि तिशीतल्या बायका होत्या. आरयूसी आणि ब्रिटिश सैन्यानं केलेला अन्याय त्यांनी पाहिला होता."

"बहुतेक जणींना 'ट्रबल्स' ची झळ पोचली होती. सैन्य, आरयूसी किंवा निष्ठावंतांना विरोध करण्याचे परिणाम भोगावे लागले होते. बहुतेकींचे नवरे, भाऊ किंवा बॉयफ्रेंडस् ह्यांना मारहाण आणि खटले ह्यांना सामोरं जावं लागलं होतं. कित्येकदा खोट्या आरोपावरून."

"खरंच स्कॉट, बेलफास्टमधलं कॅथलिकांचं जिणं काय असतं ह्याची तुला कल्पना येणार नाही. सत्ता सगळी प्रोटेस्टंट आणि पोलिसांच्या हातात. कॅथलिकांच्या शब्दावर विश्वास ठेवलाच जात नाही. सरकारी अधिकाऱ्यांवर आमचा मुळीच विश्वास नाही. कुणाकडे चोरी झाली तरी पोलिसांकडे न जाता प्रोव्होजकडे जात असू. नाहीतरी पोलिसांना आमची पर्वा नव्हतीच."

आता बोलणं मला भाग होतं. "पण सगळ्यांचं हेच मत आहे?" मी आश्चर्यानं विचारलं.

"नक्कीच." ती वैतागून म्हणाली, "आरयूसी आणि सैन्य आम्हाला कस्पटासमान लेखतात आणि सरकारला वाटतं 'ट्रबल्स' का कमी होत नाहीत. ही लढाई आम्हाला जिंकलीच पाहिजे. स्कॉट, नाहीतर पुढची ५० वर्षं आम्ही गुलामीत राहू. आम्हाला जी कामं मिळतात ती करायला कोणीही प्रोटेस्टंट तयार नसतो. सगळी घरं त्यांना दिली जातात. आम्हाला ना क्रीडा सुविधा ना वृद्धाश्रम."

"तू बेलफास्ट मधल्या कॅथलिक आणि प्रोटेस्टंट वस्त्यांमधून चक्कर मार

म्हणजे तुला फरक कळेल. म्हणूनच आम्ही न्यायासाठी झगडतो आहोत. आम्हाला प्रोटेस्टंटांच्या बरोबरीचा दर्जा हवाय. राजकारणी लोक समान संधीची आश्वासनं देतात पण सगळा खोटारडेपणा! शेकडो वर्षं आम्ही दुय्यम दर्जाचे नागरिक आहोत आणि त्यांना आम्हाला तसंच ठेवायचंय!'

तिचा संताप वाढत होता, पण तिच्या बोलण्यात तथ्य होतं.

"आता तरी कळलं ना मी प्रोव्होजमध्ये का सामील झाले? आज जर आम्ही हार मानली तर आमच्या पदरात काय पडणार? पुन्हा जैसे थे? ते आणि आम्ही आणि पुन्हा दुय्यम दर्जा.

"स्कॉट, आता बास झालं. मी फक्त एक तरुण मुलगी आहे. पण ही व्यवस्था उलथून टाकायला मी वाटेल ते करीन. आमचा लढा आम्ही चालूच ठेवू. प्रोव्होजना हरतऱ्हेची मदत करून सामाजिक समता आणायचा आम्ही तुरुंगातच पक्का निर्धार केला.'

मग ती थोडी निवळली.

"पण तुरुंगात रिपब्लिकन मैत्रिणींमुळे वेळ बरा जात असेल ना?' मी विचारलं.

"हो." ती हसून म्हणाली, 'तो चांगला उपाय होता. त्यानं आम्हाला बळ मिळालं. गुंड बायकांचा त्रास बंद झाला. जणू जादूची कांडी फिरली. आता त्या आमच्याशी नम्रपणे वागू लागल्या. आम्ही तुरुंगात आमचा रिपब्लिकन संघ बनवला. पण त्यात फक्त रिपब्लिकन चळवळीत भाग घेतल्याबद्दल शिक्षा झालेल्यांनाच प्रवेश होता. आमचा तुरुंगाबाहेरही वट असल्यामुळे इतर बायकाही यायला धडपडायच्या. पण आम्ही हे होऊ दिलं नाही."

"तुम्ही काय करत होता?" मी विचारलं.

"आमच्या मीटिंग्ज व्हायच्या. अधिकाऱ्यांशी आणि गुंड बायकांशी कसं वागायचं ह्याबद्दल चर्चा व्हायच्या. त्या आता आमच्याशी आदराने वागत. आम्हाला वचकून असत. मारहाण बंद झाली. जेवण, टीव्ही पाहणं ह्या गोष्टीतही आम्हाला खास वागणूक मिळू लागली."

"मग सगळा त्रास थांबला असेल.' मी म्हणालो.

"फक्त शेवटच्या ३ वर्षात. डर्टी प्रोटेस्ट संपल्यावर. आम्ही पुन्हा उपोषण करणार होतो. पण बाहेर असलेल्या प्रोव्होजना ते मान्य नव्हतं. आमचं महत्व वाढेल आणि इतर कामांकडे दुर्लक्ष होईल अशी त्यांना भीती होती. बॉबी सँडस् इतका गाजला की उपोषण हे धोकादायक आणि बेभरवशाचं शस्त्र आहे असं आमच्या नेत्यांना वाटू लागलं."

आता ती पुन्हा सुटली होती.

"उपोषण सुरू झालं की सगळी चळवळ त्या एका व्यक्तीच्या किंवा गटाच्या

भोवती फिरायची. ते ही बाहेरच्या जगाशी संपर्क नसताना. त्यामुळे नेत्यांचा उपोषणांना व्यूहात्मक, नैतिक आणि शारीरिक दृष्टीने विरोध असायचा.''

"मग आणखी काय चालायचं?'' मी विचारलं.

"बॉबी सँडस् गेला तो दिवस आम्ही कधी विसरणार नाही. ५ मे १९८१. आमचा हिरो, फर्मानाहाचा खासदार बॉबी सँडस् उपोषणामुळे मरण पावला. ही बातमी वाऱ्यासारखी पसरली. एच. ब्लॉकमध्ये ६६ दिवस त्यानं अन्नत्याग केला होता. त्याच्यामुळे बाहेर चालू असलेल्या मागण्या, चळवळी, सगळं आम्हाला ठाऊक होतं. त्याचा मृत्यू अपेक्षित होता. आम्ही खूप आरडा ओरडा आणि गोंधळ केला. एका क्रूर सरकारनं एका राष्ट्रवाद्याचा केलेला तो खून होता.

मायरीडच्या बोलण्यात राग आणि अभिमान यांचं मिश्रण होतं.

'त्याच्या अंत्ययात्रेला जाण्यासाठी मी काहीही करायला तयार होते. लाखावर लोक सामील झाले होते.

"पुढच्या काही आठवड्यात आणखी काहीजण मरण पावले, पण थॅचर सरकार आम्हाला विशेष दर्जा देईना. रिपब्लिकनांसाठी वेगळे कायदे होते. खास न्यायालयं होती. पण रिपब्लिकन कैद्यांना मात्र खास दर्जा नव्हता. केवढं आश्चर्य. प्रत्येक मृत्यूनंतर आम्ही त्यांना जुमानत नसू. सहकाऱ्याच्या मृत्यूचा निषेध करण्याचा आमचा हक्क त्यांना मान्य होता. प्रत्येक मृत्यूनंतर बेलफास्टच्या रस्त्यावर जे दंगे उसळायचे त्याची खबर आम्हाला मिळत असे. शिन फेन आणि आयआरए ह्यांच्या मागे सर्व कॅथलिक उभे आहेत हे जगाला कळलं.''

"आम्ही तुरुंगात आमच्या पद्धतीनं त्यांना श्रद्धांजली वाहात असू. आमच्यात एकोप्याची भावना निर्माण व्हायची. बाहेर हुतात्म्याना बंदूकांची सलामी मिळे. आमचं दु:ख आणि त्याचबरोबर 'पीपल्स आर्मी' ला असलेला पाठिंबा व्यक्त होत असे.''

"मग बाकीच्या कैद्यांचा पाठिंबा मिळायचा?'' मी विचारलं.

"हो तर.'' ती ठसक्यात म्हणाली, "इतर कैदी आम्हाला खूप मान द्यायचे. आतही आमचा लढा चालू होता. उपोषणानंतर जास्त स्त्रिया प्रोव्होजमध्ये सामील होऊ लागल्या. थॅचर सरकारला नेमकं हेच नको होतं. राष्ट्रवादी रिपब्लिकन आणि प्रोव्हो असल्याचा आम्हाला विलक्षण अभिमान होता. रात्रभर आम्ही आयरिश राष्ट्रभक्तीची गाणी म्हणून गुंड बायकांना आणि अधिकाऱ्यांना भंडावून सोडायचो. भन्नाट अनुभव होता तो.'

अशावेळी तिच्या डोळ्यांत वेगळीच चमक येई. मला एकीकडे काळजी वाटायची. पण त्याचवेळी तिची निष्ठा आणि एकत्रित आयर्लंडचा ध्यास ह्याचं कौतुक वाटायचं.

“मी जवळजवळ खासदार झाले होते, ठाऊक आहे?” तिनं मिस्किलपणे विचारलं.

“खासदार?’ मी उडालोच.

“अरे, म्हणजे मी एकदा आयरिश पार्लमेंटची निवडणूक लढवली.”

“पण हे सगळं कधी?” मी अजूनही गोंधळलेलो होतो.

“स्कॉट, तुझी अडचण ही आहे की तू वर्तमान पत्र वाचतच नाहीस. वाचलंच तर थॅचरच्या टोरी पक्षाचा फडतूस ‘सन.’ ”

“बरं,” मी म्हणालो, “पण नेमकं सांगशील की नाही?”

“मी ही निवडणूक लढवावी असं १९८१ साली ठरलं. कायरन डोहर्टी निवडून आला होता. पण त्याचा उपोषणात अंत झाला. बॉब सँडस् ब्रिटिश लोकसभेसाठी उभा राहिला होता. मी शिन फेन तर्फे “कॉर्क” मधून निवडणूक लढवली. मला फारशी मतं मिळाली नाहीत पण निवडून आले असते तर धमाल आली असती.”

“तुला आवडलं असतं?” मी विचारलं.

“अगदी मनापासून.” ती म्हणाली, “आतही काम करायची संधी मिळाली असती आणि बाहेर आल्यावर एक निश्चित दिशा ठरली असती.”

“बॅड लक.” मी हसून म्हणालो, “पण आता पुन्हा प्रयत्न करणार आहेस?”

‘आवडेल मला.” ती म्हणाली, “पण आता ह्याबाबत प्रोव्होजचं धोरणच नक्की नाही.”

एकदा मला ह्या चळवळीत भाग घ्यायला आवडेल का असं तिनं विचारलं. मी वेगानं विचार केला.

“मी जर बेलफास्टमधला कॅथलिक असतो तर नक्की आवडलं असतं पण बाँब उडवणं, किंवा लोकांचा जीव घेणं ह्यापेक्षा काही वेगळा मार्ग निघू शकेल.”

मायरीड वाद घालायच्या मूडमध्ये दिसली. “पण लढल्याशिवाय आमच्या मागण्या मान्य होणारच नाहीत.” ती म्हणाली.

“पण मायरीड,” मी ठामपणे म्हणालो, ‘दुसरा काहीतरी मार्ग असेलच. राजकीय उद्दिष्टांसाठी निरपराध माणसांचा जीव घेणं योग्य नाही.”

“स्कॉट, नीट ऐक.” ती माझ्याकडे रोखून बघत म्हणाली, “जर अन्य मार्ग असता तर आम्ही नक्कीच तो वापरला असता. आतापर्यंत ब्रिटिश सरकारकडून जे आम्हाला मिळालंय ते बळाचा वापर करूनच. दुसरा उपायच नाही.”

“मला समजतंय मायरीड,” मी म्हणालो, “पण पटत नाही. गांधींनी भारतात केलं तसं तुम्ही का करत नाही? सविनय कायदेभंग. विलक्षण कल्पना होती. त्यांनी इंग्रजांना त्यांना स्वातंत्र्य द्यायला भाग पाडलं.”

"ते दिवस गेले.' ती म्हणाली, "आजच्या जमान्यात सविनय कायदेभंग कामाचा नाही. शस्त्रं, दहशतवाद हीच भाषा ह्यांना कळते."

आता वाद घालण्यात अर्थ नव्हता. मला संबंध तोडायचे नव्हते. पण ती चुकत होती हे निश्चित. दहा वर्षांच्या तुरुंगवासामुळे ती सरळ विचार करू शकत नव्हती. प्रोव्होजच्या विखारी प्रचाराला ती बळी पडली होती. प्रोव्होजची सदस्य असल्यामुळे तुरुंगातही तिची पत वाढली होती. आणि ती त्यांची पुढारी बनली होती.

मी विषय बदलला. उपोषणानंतर ती वेळ कसा घालवायची असं मी विचारलं. मला हेही जाणून घ्यायचं होतं की अजूनही तिचा कट्टरपणा कायम आहे की आता धार थोडी बोथट झाली आहे?

"दोन गोष्टी केल्या." ती उत्साहानं म्हणाली, "माझा राजकीय सहभाग वाढला. मी तुरुंगात मीटिंग्ज घेत असे. इतरांच्या अडचणी सोडवायचा प्रयत्न करत असे. सगळ्या जणी माझी मदत आणि सल्ला मागत. भांडणाचं प्रमाण कमी झालं. गुंडगिरी आणि लैंगिक अत्याचार ह्यांनाही आळा बसला. मी शिस्त निर्माण केली. आपण सैनिक आहोत हे त्यांच्या मनावर ठसवलं."

तिच्या बोलण्यात उत्साह आणि अभिमान होता. "तुला माझा अभिमान वाटला असता त्या नरकात मी शिस्त आणली. पण आणखीही एक काम होतं."

'कोणतं काम?' मी विचारलं.

"शिक्षण."

"शिक्षण?"

"हो." ती म्हणाली, "मला वाटलं मी तुला सांगितलं असेल. मी मुक्त विद्यापीठाबद्दल ऐकलं होतं. मी राज्यशास्त्र आणि अर्थशास्त्र ह्या विषयातला पोस्टल कोर्स पूर्ण केला आणि पास झाले. तीन वर्षं लागली. पण मला खूप समाधान मिळालं. किती तरी गोष्टी शिकायला मिळाल्या. रिपब्लिकन इतिहास, राजकारण, त्यातले वाद. आता माझं अर्धं शिक्षण झालंय. आता मी पदवी मिळवण्याचा प्रयत्न करणार आहे. पुढचं नियतीच्या हाती."

"झकास!" मी म्हणालो, "निदान बॉंब पेरण्यापेक्षा हे बरं."

"कदाचित दोन्ही गोष्टी एका वेळी करता येतील. राजकारण आणि बॉंब ह्याचा संबंध आहेच."

"पण पुन्हा तरुंगात जायची इच्छा नाही ना?' मी विचारलं.

"जीझस् मुळीच नाही. दहा वर्षं काढली तिथे. आता नको."

"मग पुढे काय?" मी विचारलं.

"मला ठाऊक नाही, स्कॉट. खरंच ठाऊक नाही."

अकरा

१९८७ साल मला मला खूपच धावपळीचं ठरलं. मायरीड परीक्षेचा अभ्यास करत होती. आणि आमची एसएएस ची तुकडी आयरिश सीमेवर सतत गस्त घालत होती. बहुतेक वेळा सरकारशी निष्ठावंत असणाऱ्या कुटुंबाचं रक्षण करायला आमची रवानगी होत असे. अशा निष्ठावंतांना प्रोव्होजकडून सतत धमक्या येत असत. त्यांच्या पत्नी आणि मुलांची सुरक्षा आणि प्रोव्होजना प्रत्युत्तर द्यायची योजना तयार ठेवणं अशी दुहेरी कामगिरी असे.

अशाच प्रोव्होजचं लक्ष असलेल्या कुटुंबाकडे गेल्यावर आम्ही आधी कुटुंबप्रमुखाशी सुरक्षेबद्दल चर्चा करत असू. मग आम्हा ४ जणांचं पथक त्या कुटुंबावर लक्ष ठेवून असे. दोन आठवड्यांनी आमची जागा वेगळी तुकडी घेत असे.

बहुतेक वेळ आम्हा चौघांचं वास्तव्य घराबाहेरच्या गॅरेजमध्ये असे. त्यांच्या दैनंदिन आयुष्यात भाग घेणं आम्ही कटाक्षानं टाळायचो. त्यांच्याबरोबर जेवण किंवा कॉफी घेतल्याचं सुद्धा आठवत नाही. कारण आमची घरात ये-जा दिसली असती तर अतिरेक्यांना शंका आली असती. कारण त्यांची देखील त्या घरावर दुरून नजर असे.

काम तसं कंटाळवाणंच होतं. कधी काही घडलंच नाही. पण तरीही २४ तास सतर्क असावं लागे. आम्ही जेवण, झोप, विश्रांती आळीपाळीनं घेत असू. आमच्या हँडगन्स आणि मशीनगन्स सज्ज असत. पण काहीच घडत नसल्यामुळे कामातला रस टिकवणं कठीण जाई. पत्ते खेळणं, स्वयंपाक करणं किंवा जोक सांगणं ह्यातच

वेळ जायचा.

अशा काळात मायरीडशी भेटणं बोलणं होतच नसे. नेहमी प्रमाणे माझ्या थापा चालूच होत्या. वेल्डिंगच्या कामासाठी कधी स्कॉटलंड, कधी लिव्हरपूल तर कधी न्यू कॅसल अशा वाऱ्या चालू होत्या. बहुधा तिच्या विश्वास बसत असावा. कारण पहिल्या भेटीपासून माझा हाच मुखवटा कायम होता. एक साधासुधा वेल्डर, आयर्लंडच्या राजकारणात काडीचंही स्वारस्य नसलेला.

कधी कधी मला शंका यायची की तिचा अजून एखादा बॉयफ्रेंड तर नसेल? ह्याबद्दल मी एकदा छेडल्यावर ती म्हणाली, ''तुझ्याशिवाय माझ्या आयुष्यात कोणीच नाही. पण तुला शॉन मॅकडरमॉट आठवतो? कॉनवे बाँबिंगमध्ये बळी गेलेला? तो माझा बॉयफ्रेंड व्हावा अशी प्रोव्होजची इच्छा होती. मला प्रोव्होजबद्दल सर्व माहिती त्यानंच दिली. म्हणूनच मी त्या एएसयू मध्ये सामील झाले. पण आमच्यात तसं काही नव्हतं.''

''नक्की?'' मी विचारलं.

''नक्की.'' ती माझ्याकडे प्रेमानं पाहात म्हणाली, ''देवा शप्पथ. पण एक लक्षात घे. हे सगळं आपसातच राहावं अशी प्रोव्होजची इच्छा असायची. अशा जोड्या जमल्या की त्यांना रिपब्लिकन सभा, चर्चासत्र यांना एकत्र हजर राहता येत असे आणि पुढाऱ्यांनाही सर्वांवर लक्ष ठेवणं सोपं जाई. खूप गुप्तता पाळली जायची. आयआरए फितुरीबाबत प्रचंड संशयी होते. कधी कधी एखाद्याला बॉयफ्रेंड म्हणून तुरुंगात असलेल्या मुलीला भेटायला पाठवत असत. त्यामुळे दोघांची ओळख जरी नसली तरी त्यांच्या आयआरए वरची निष्ठा सिद्ध होत असे. आणि तुरुंगात माहितीची देवाणघेवाण करणं शक्य होत असे.''

कधीकधी एकत्र असताना ती मला, माझं लग्न झालंय का असं विचारायची. मी परगावी गेल्यावर प्रत्यक्षात इंग्लंडमध्ये माझ्या बायकोकडे जातो अशी शंका घ्यायची. माझी आणखी कुणी गर्लफ्रेंड आहे का असं खोदून खोदून विचारायची.

''असणारच... असायलाच हवी.'' तिचं पालुपद चालायचं.

''छे:! तुझ्याशिवाय कोणीच नाही.'' मी खरं ते सांगायचो. हे ती पुन्हापुन्हा वदवून घ्यायची.

''माझा नाही विश्वास बसत.'' ती म्हणायची, ''एवढा तगडा, मर्दानी माणूस आणि एकच गर्लफ्रेंड?''

''तू कुठल्याही पुरुषाला पुरून उरशील.'' मी म्हणायचो. मग ती जाम खुष व्हायची.

''खरंच?''

''तुला काय वाटतं?'' मी विचारायचो.

"एकच. तुझा कितीही सहवास मला पुरेसा वाटत नाही." ती म्हणायची. 'तुझ्याबरोबर असताना मी समाधानी असते. पण लांब असताना तुझी आठवण झाली तरी अंगात ठणक भरते."

"तू सेक्सचा अति विचार करतेस."

संभाषणाची गाडी ह्या रुळावर आली की त्याचं पर्यवसान नेहमी सेक्समध्ये व्हायचं. अशा वेळी तिचा आवेग विलक्षण असे. त्या उत्कट क्षणापूर्वी ती तिच्या सर्वांगावर चावे घ्यायला भाग पाडायची.

मला एका गोष्टीचं नवल वाटायचं. एवढं प्रेमात आकंठ बुडूनही तिचा राष्ट्रवाद आणि प्रोव्हिजनल आयआरए मधला सहभाग कायम असे. घरदार, बॉयफ्रेंड आणि समोर करिअर असलेली आयरिश स्त्री खरंतर राजकारणापासून अलिप्तच असायला हवी होती. पण प्रेमाइतक्याच तीव्रतेनं ती ह्या धोकादायक खेळातही भाग घेत होती.

पण कधीकधी मृत्यूच्या ह्या खेळात एसएएसचाही सहभाग असे.

प्रोव्होजच्या हल्ल्याची पूर्वसूचना आम्हाला क्वचितच मिळायची. पण बॅलिसिलन चकमकीच्या वेळी मात्र ती मिळाली. मग मात्र आम्ही जय्यत तयारीत होतो. ही माहिती दरवेळी अचूक नसायची. पण त्यांच्या लक्ष्याचं रक्षण तर करावंच लागे. कधीकधी अतिरेकी रंगे हाथ पकडले जात.

बॅलिसिलनमध्ये आम्हाला अशीच माहिती मिळाली. माझ्या सुदैवानं मला त्या जोरदार चकमकीत सहभागी होता आलं आणि एकूणच आम्हाला उत्तम यश मिळालं.

शुक्रवार, ८ मे १९८७. ह्या दिवशी झालेल्या चकमकीत आयआरएची सर्वांत मोठी हानी झाली. लोगॉल हे एक सुंदर टुमदार खेडं होतं. तिथली बहुतेक घरं प्रोटेस्टंट असल्यामुळे ते आयआरएला सलत होतं. पोर्टडाऊन आणि अर्माघच्या मध्ये बसलेल्या ह्या खेड्याची लोकसंख्या होती जेमतेम २५०.

माझ्यासह २० जणांची एसएएसची तुकडी तिथे तैनात केली गेली. आम्हाला तिथल्या पोलीसस्टेशनवर नजर ठेवायची होती. त्या गावावर मोठा हल्ला होणार असल्याची खबर हेरांनी आणली होती. १९८७ च्या सुरुवातीपासून आयआरएनं पोलीस स्टेशन्स आणि सुरक्षातळ बॉंबने उडवायचा सपाटा लावला होता. लोगॉलवरचा हल्ला त्या वर्षातला बारावा आणि त्या पंधरवड्यातला सातवा हल्ला होता. आधीच्या हल्ल्यांमध्ये गावठी बॉंब वापरले गेले होते. त्यामुळे मनुष्यहानी आणि इमारतींची पडझड फारशी होत नव्हती. ह्यावेळी मात्र आम्ही त्यांच्या 'स्वागताला' सज्ज होतो.

हल्ला जोरदार होणार अशी खबर होती. पण दुर्दैवानं निश्चित वेळ कळली नव्हती. आम्ही ४८ तास बाजूच्या शेतात दबा धरून बसलो होतो. आम्ही आल्याची

कुणाला जाणीव झाली नव्हती. पोलीसस्टेशन रिकामं केलं गेलं होतं कारण ते बाँबनं उडवलं जाणार असल्याची खबर होती. अर्थात हे खेडं प्रोटेस्टंट असल्यामुळे आमचीही त्याच्यावर नजर असणार ह्याची आयआरए ला जाणीव होती. त्यामुळे बाँबर्सचं रक्षण करायला त्यांचीही मोठी सशस्त्र तुकडी येणार होती.

अशा गाफील मारेकऱ्यांना सापळ्यात अडकवणं ही एसएएस ची आवडती कामगिरी असे.

त्यांच्याकडे सबमशीनगन्स, एके-४७ रायफल्स, हँडगन्स असणार हे आम्हाला माहीत होतं. आम्हीही शस्त्रसज्ज होतो.

त्या दिवशी जेवण उरकल्यावर आम्ही नेहमी प्रमाणे बाजूच्या गवतात दबा धरून बसलो. मागे एक फुटबॉलचं मैदान होतं. एसएएस च्या आणखी काही तुकड्या आमच्या दोन्ही बाजूला आणि रस्त्याच्या पलीकडे तयारीत होत्या. अजून अंधार पडला नव्हता. आम्हाला दूरवर एका वाहनाची घरघर ऐकू आली. बहुधा ट्रॅक्टर असावा. आमच्यातल्या एकानं मला पायानं ढोसून सावध केलं. काही क्षणांतच गावातल्या मुख्य रस्त्यावरून एक ट्रॅक्टर पोलीस स्टेशनच्या दिशेनं जाताना दिसला. ट्रॅक्टर सरळ आमच्या सापळ्यातच चालून येत होता. मी माझ्या मशीनगनचा सेफ्टी कॅच काढला. माझे सहकारीही तयारीत होते. थोडीही हालचाल न करता आम्ही ट्रॅक्टरकडे आमच्या नजरा रोखल्या होत्या.

ट्रॅक्टरच्या ड्रायव्हरच्या दोन्ही बाजूंना एकेक माणूस उभा होता. दोघांच्या अंगात काळे कपडे आणि चेहऱ्यावर बुरखे होते. हातात बहुधा रायफली असाव्यात.

माझं शरीर ताठरलं. आता तो क्षण आला होता. अशा काल्पनिक प्रसंगांचा आम्ही शेकडो वेळा सराव केला होता. पण प्रत्यक्ष कृती मी पार पाडू शकेन का अशी शंका मनाला स्पर्शून गेली. पण करणं भाग होतं. आमचा आत्मविश्वास अविचल होता.

अचानक त्या ट्रॅक्टरच्या मागे काही अंतरावर एक व्हॅन येताना दिसली. तो पिवळा ट्रॅक्टर धडपडत पोलीस स्टेशनपासून अवघ्या ५० यार्डांवर पोचला होता. ती माणसं आयआरएची असल्याबद्दल माझी खात्री पटली.

'शिट!' मी स्वत:शी चरफडलो. ती व्हॅन जर आमच्या आणि ट्रॅक्टरच्या मध्ये आली असती तर आम्हाला गोळीबार करता आला नसता आणि अतिरेक्यांना पळून जायची संधी मिळाली असती.

पण ती निळी व्हॅन ट्रॅक्टरला ओलांडून थेट पोलीसस्टेशनसमोर थांबली. काय चाललंय ते आम्हाला कळेना.

तो ट्रॅक्टर पोलीसस्टेशनचं कुंपण तोडून आत घुसला. तो भिंतीवर धडकायच्या काही सेकंद आधी त्या तिघांनी ट्रॅक्टरवरून उडी मारून रस्त्याच्या दिशेनं धूम

ठोकली.

एकाएकी माझं लक्ष त्या व्हॅनकडे गेलं. तिचं मागचं दार उघडलं जाऊन ५-६ माणसं बाहेर पडली. त्यांच्याही अंगात काळे कपडे आणि चेहऱ्यावर बुरखे होते. हातात रायफल्स आणि हँडगन्स होत्याच.

'फायर.' कुणीतरी ओरडलं.

आम्ही सर्वांनी एकदम गोळीबार सुरू केला. तेवढ्यात ट्रॅक्टरचा ड्रायव्हर आणि त्याचे जोडीदार धावत व्हॅनकडे निघाले. पण गोळीबाराचा आवाज येताच त्यांना संकटाची जाणीव झाली आणि ते रस्त्यावरून पळत सुटले.

मी माझी मशीनगन पुन्हा लोड करतानाच कानठळ्या बसवणारा प्रचंड स्फोट झाला. पोलीसस्टेशनचं छत हवेत उंच उडून दगडविटांचा फवारा उडाला. त्या स्फोटाचा आवाज शमल्यावर पुन्हा गोळीबार सुरू झाला. आता मात्र त्या अतिरेक्यांनी पळून न जाता व्हॅनच्या आडोश्यानं आमच्या दिशेनं गोळीबार सुरू केला. मध्ये व्हॅन असल्यामुळे त्यांना टिपणं कठीण जात होतं. त्या व्हॅनची मात्र चाळणी झाली. पण आमचेच काही जवान लांबची चक्कर मारून त्या व्हॅनच्या पिछाडीला पोचले आणि काही क्षणातच ३-४ अतिरेकी गारद झाले. पण गोळीबार चालूच राहिला.

मात्र आता आपली धडगत नाही हे जाणवून बाकीच्या अतिरेक्यांनी रस्त्याच्या दिशेनं धूम ठोकली. पण त्यांच्या स्वागताला आमचे जवान सज्ज होते. काही क्षणातच त्यांनी सगळ्या अतिरेक्यांना टिपून काढलं.

'सीझ फायर!' आमच्यातला एकजण ओरडला. गोळीबार थांबला. आम्ही सावधपणे जवळ जाऊन त्यांच्यावर नजर फिरवली. आम्हाला कोणताही धोका पत्करायचा नव्हता. त्यांच्यातल्या कोणी गोळी झाडण्याचा वेडेपणा केलाच तर प्रत्युत्तराला आम्ही सज्ज होतो. पण सर्वजण ठार झाले होते. ही धुमश्चक्री जेमतेम १० मिनिटं चालली.

तेवढ्यात आमच्यातल्या एकानं ओरडून इशारा दिला. त्यातले दोघेजण रस्त्याच्या बाजूनं सरपटत निघाले होते. त्यांना उडवायला दोनच मिनिटं पुरली.

काही वेळातच आमची चिलखती वाहनं आणि ट्रक्स यांची घरघर सुरू झाली. वर एक हेलिकॉप्टर घिरट्या घालू लागलं. काही वेळातच आरयूसीने लोगॉल गावाचा कडेकोट बंदोबस्त केला. पण कोणीही बचावलं किंवा पळून गेलं नसल्याची खात्री करायला एसएएस, आरयूसीची पथकं, हेलिकॉप्टर्स, शिकारी कुत्री, सगळे कामाला लागले. त्या सर्वांनी आजूबाजूचा परिसर पिंजून काढला. पण आम्ही सगळ्यांना कंठस्नान घातलं होतं. एकूण आठ जण ठार झाले होते. दुर्दैवानं त्या अंदाधुंद गोळीबारात एका निरपराध मोटार चालकाचा बळी गेला.

ठार झालेल्या अतिरेक्यांमुळे आम्हाला महत्वाची माहिती मिळाली. त्यांनी

वापरलेली शस्त्रं आधीच्याही हिंसक कारवायांमध्ये वापरली गेल्याचं निष्पन्न झालं. एक ३५७ लुगर मॅग्नम रिव्हॉल्व्हर त्यांनी एका आरयूसी कॉन्स्टेबलला ठार करून हस्तगत केलं होतं. तेच रिव्हॉल्व्हर आणखीही तीन हत्यांमध्ये आणि एका खुनाच्या प्रयत्नात वापरलं गेलं होतं. एक हेकलर अँड कॉक रायफल, काही एफ एन रायफल्स आणि एक शॉटगनही आमच्या हाती लागली. ही शस्त्रं देखील आधी अतिरेक्यांनी वापरली होती.

ठार झालेल्यांमध्ये प्रोव्होजचे दोन अतिशय महत्त्वाचे सदस्य होते. ३२ वर्षीय जिम लायनॅग आणि ३० वर्षीय पॅट केली. लायनॅग हा शिन फेनचा नगरसेवक होता, तर पॅट केली 'ईस्ट टायरोन ब्रिगेड' चा कमांडिंग ऑफिसर. ह्या दोघांचा मृत्यू हा आयआरए ला बसलेला मोठा धक्का असल्याचं त्यांनीही मान्य केलं.

'ईस्ट टायरोन ब्रिगेड' हा आयआरए चा अतिशय व्यस्त विभाग होता. त्या भागातली पोलीसस्टेशन्स नष्ट करण्याची त्यांनी मोहीमच उघडली होती.आयआरए च्या दहशतीमुळे बांधकामासाठी मजूर मिळणंही कठीण झालं. त्यामुळे बाहेरून कडेकोट बंदोबस्तात मजूर आणावे लागत. अर्माघ सारख्या ठिकाणी तर हेलिकॉप्टर्सचा वापर केला जाई.

ईस्ट टायरोन ब्रिगेडच्या क्रौर्याला आणखीही एक पदर होता. ते एकट्या दुकट्या प्रोटेस्टंट शेतकऱ्याला ठार करत असत. एकच मुलगा असलेली कुटुंबं तर त्यांचं खास लक्ष्य असे. पिढ्यान् पिढ्या तिथे राहणाऱ्या शेतकऱ्यांना त्यांनी ठार केलं होतं. त्यांनी जणू वंशविच्छेद करण्याचा चंग बांधला होता.

गेल्या १० वर्षांत त्यांनी सुमारे ५० शेतकऱ्यांचे बळी घेतले होते. आरयूसी च्या ५० आणि यूडीआरच्या ६० सैनिकांच्याही त्यांनी हत्या केल्या होत्या. एसएएसला पाचारण करेपर्यंत त्यांचा धुमाकूळ चालू होता.

त्या रात्री मात्र आम्ही मनापासून सेलिब्रेट केलं. रात्री उशीरापर्यंत बिअर पाण्यासारखी वाहत होती. पोटभर जेवणही झालं. त्या लढाईच्या आठवणींत आम्ही रंगून गेलो होतो.

अतिरेक्यांना अटक करणं किंवा ठार करणं ह्या कामात आम्ही कमी पडत असल्याची आमच्यावर टीका व्हायची. पण आजची कामगिरी मात्र झकास पार पडली होती.

आम्हाला नेहमी वाटायचं की लंडनच्या राजकारण्यांमुळे आम्हाला एक हात मागे बांधून लढावं लागतंय. जर आम्हाला पूर्ण मोकळीक मिळाली असती तर आम्ही अतिरेक्यांचा कधीच सफाया केला असता. पण सर्व नियम झुगारून देऊन आम्ही लढू शकत नव्हतो. पहिला हल्ला करायची आम्हाला कधीच परवानगी नव्हती. 'प्रेमात आणि युद्धात सगळं क्षम्य असतं' असं आम्ही शिकलो होतो. पण

इथे तसं नव्हतं. आयआरए ला कोणताही मार्ग निषिद्ध नव्हता. आमचे हात मात्र नियमांनी बांधले गेले होते.

पण ह्या यशानंतर माझ्यासमोर वेगळंच प्रश्नचिन्ह उभं राहिलं. मी आणि मायरीडनं एकत्र आयुष्य काढायची स्वप्नं पाहावीत का? रिपब्लिकन चळवळ आणि आयआरए चा हिंसाचार ह्याला तिचा पूर्ण पाठिंबा होता. आणि मी मात्र ह्याच लोकांचा खातमा करण्याचा विडा उचलला होता. मी एसएएस चा जवान असल्याची कबुली देण्याचं धैर्य माझ्यात नव्हतं. कारण आयआरए चे लोक आमचा उल्लेख 'मृत्युदूत' असाच करत असत. आम्हाला ते पटायचं नाही. पण एक मात्र खरं. कुणालाही नको असलेलं वाईट काम सरकार आमच्यावर सोपवत असे.

१९८७ सालचा जवळजवळ पूर्ण उन्हाळा मी आमच्या हियरफोर्डच्या मुख्यालयातच होतो. आयर्लंडमध्ये गेल्यावर मात्र मी शक्य तितका काळ मायरीड बरोबर असायचो. पण इंग्लंडमध्ये परतल्यावर मात्र एकटेपण खायला उठायचं. तिची आठवण पिच्छा सोडत नसे. मी सतत उदास राहू लागलो. मद्यपानाचं प्रमाणही वाढलं.

आमचं प्रेमप्रकरण खरोखर विचित्र होतं. परत फिरणंही शक्य नव्हतं आणि पूर्णत्वाला नेणंही. एकमेकांपासून लांब असताना आम्ही शत्रू होतो पण एकत्र आल्यावर धुंद प्रेमिक.

माझी मायरीडबरोबर खूप काळ एकत्र राहण्याची इच्छा होती पण अनेक महिन्यांच्या सहवासानंतर ह्या प्रेमाची जादू टिकून राहील का? असंही वाटायचं. पण काही तास किंवा एखादा दिवस एकत्र मिळाला तरी त्या काळात प्रणयाची धुंदी ओसरत नसे. कायम एकत्र राहण्याविषयी बोलायची फक्त एकदाच संधी मिळाली.

''माझ्या बरोबर राहायला इंग्लंडला येशील?'' मी विषय काढला.

''तसा विचार केलेला नाही.'' ती म्हणाली, 'आणि तूही कधी विचारलं नाहीस.''

''पण कल्पना कशी आहे?'' मी विचारलं.

''ठीक आहे.' ती स्पष्ट बोलेना.

'दोन आठवड्यांची सुट्टी घेऊया? आपण दोघंच?''

''वा:! नक्कीच. मला इटली किंवा स्पेनला जायला आवडेल.'' ती म्हणाली, ''पण तू हे आधी का सुचवलं नाहीस? म्हणूनच मला नेहमी शंका यायची की इंग्लंडला तुझी बायको आणि मुलं असतील.''

''तू येशील असं वाटलं नाही.'' मी म्हणालो.

''वेडाच आहेस.'' ती म्हणाली, ''तुझ्याबरोबर दोन आठवडे म्हणजे मी स्वर्गातच असेन.''

"खरंच?'

"हो.' असं म्हणून तिनं माझं चुंबन घेतलं. "आपण दिवसरात्र हेच करत राहू. मी बिकिनी घालीन. म्हणजे समुद्रातही सगळं करता येईल."

'तुझं समाधान होणं खरंच शक्य नाही." मी चिडवलं.

"मग? आपल्याला १० वर्षांची भरपाई करायची आहे."

"खरंय," मी म्हणालो. पण ह्या १० वर्षात तिचे विचार बदलले होते का?

मग चहा घेता घेता मी एकदम विचारलं, "कधी कायम माझ्याबरोबर राहण्याचा विचार केला आहेस?"

"अर्थातच केलाय." ती म्हणाली, "तू वेडा आहेस का रे? खरंच, स्कॉट, मला कधीकधी वाटतं की तुला स्त्रीचं मन कळतच नाही."

"म्हणजे?" मी गोंधळून विचारलं.

"तुला कळायला हवं. मी तुझ्याबरोबर असताना कशी असते? तू दिसताक्षणी मी मीलनाला उत्सुक असते. आज बारा वर्षांनंतरही दुसरा कुणीच पुरुष मला हवासा वाटला नाही. अगदी शाळकरी मुलगी असल्यापासून. तू आंधळाच असला पाहिजेस."

"माझी खात्री नव्हती." मी प्रामाणिकपणे म्हणालो, "तुझी शरीरसुखाची ओढ मला कळत होती. पण मी स्वत: तुला खरोखर हवा होतो का? तुझ्या डोक्यात इतरही विषय होते?"

"उदाहरणार्थ?" ती म्हणाली.

"म्हणजे तुझं शिक्षण, कुटुंब, चळवळ...'

"आयआरए, असंच म्हणायचंय ना तुला?"

"हो." मी म्हणालो, "आयआरए चा विषय निघाला की तुझ्या डोळ्यात वेगळीच चमक येते. तुझ्या तळमळीतून जाणवतं की तुला प्रेमापेक्षा ते महत्त्वाचं वाटतं, म्हणून मी थांबलो."

"पण आता मी ते करत नाही.' मायरीड म्हणाली.

"म्हणजे?"

"मी फक्त निरोप पोचवायचं काम करते. त्यांना वाटतं की माझ्यावर त्यांची पाळत असेल."

"म्हणजे स्पेशल ब्रँचची?" मी विचारलं.

"हं. तसंच समज."

'पण खरंच नजर आहे का?" मी विचारलं.

"कधीकधी कुणीतरी माझ्या मागावर असल्याचा भास होतो. मला परत तुरुंगात जायचं नाही. तसं झालं तर मी मरून जाईन. आता मी फक्त चर्चा करते. अभ्यासामुळे आता त्यातलं राजकारण कळायला लागलंय. पण प्रत्यक्ष कारवाईत

भाग घेण्याचे दिवस संपले आणि ते त्यांनाही ठाऊक आहे.''

''ते म्हणजे?'' मी विचारलं आणि लगेच जीभ चावली. मी जरा जास्तच चौकसपणा दाखवत होतो.

''तुला ठाऊक आहे.' ती म्हणाली.

''प्रोव्होज?'

''साधारण तसंच.'' ती म्हणाली आणि माझ्या अज्ञानाला हसली.

मी म्हणालो, ''हे पाहा, मायरीड, तुझ्या दुसऱ्या आयुष्याबद्दल मला काहीच कल्पना नाही. पण पुन्हा वेड्यासारखा धोका पत्करू नकोस. ह्या खेपेला २० वर्ष आत जाशील. तुझं उभं आयुष्य वाया जाईल. तू माझ्या बरोबर इंग्लंडला यावंस असं मला वाटतं. पण तू बेलफास्ट सोडणार नाहीस. कधीकधी मला वाटतं की तुझं जगण्याचं ध्येय तेच आहे. मी म्हणजे फक्त एक खेळणं.''

''मूर्खासारखं बोलू नकोस.'' ती म्हणाली, ''पण एक मात्र खरं मी इंग्लंडला आले तरी इथल्या घडामोडींवर माझं बारीक लक्ष असेल. टी.व्ही. रेडिओ, वर्तमानपत्र ह्या सगळ्यातून मी आमच्या लढ्याबद्दल जाणून घेईन. मी हे सगळं विसरू शकत नाही. विशेषतः तुरुंगातल्या अनुभवानंतर.''

''तुला मुलं व्हावीशी वाटतात?'' मी विचारलं.

तिनं माझ्याकडे रोखून पाहिलं. 'तुला काय वाटतं?''

''मला ते नैसर्गिक वाटतं आणि तू अगदी नैसर्गिक भावना असलेली मुलगी आहेस.'' मी म्हणालो.

''बरोबर आहे तुझं.'' ती म्हणाली, ''मी त्यांना माझ्या पद्धतीनं शिकवीन. 'ट्रबल्स' बद्दल सांगेन. पण त्यांना इथे कधीच वाढवणार नाही. इथलं जगणं त्यांच्या दृष्टीनं भयानक असेल.''

''आणि नवरा?'' मी चिडवलं.

प्रत्युत्तरादाखल तिनं माझ्या खांद्यावर जोरदार ठोसा लगावला. मी खांदा चोळण्याचं नाटक केलं. मग एकदम तिला आडवं करून तिच्या सर्वांगाचं चुंबन घ्यायला सुरुवात केली.

''चालू दे.'' ती खुष होत म्हणाली. ''मला असंच आवडतं.''

सगळं झाल्यानंतर मायरीड म्हणाली, ''तुला खरंच माझ्याबरोबर कायमचं राहायला आवडेल?''

''हो.'' मी म्हणालो, 'पण इथे आयर्लंडमध्ये नाही. 'ट्रबल्स' पासून दूर, इंग्लंडमध्ये किंवा दुसऱ्या देशातही, नाहीतर तुला पुन्हा तेच करावसं वाटेल.''

''तू खरंच मला ओळखतोस,'' ती म्हणाली, ''आणि मी तुला बिनडोक समजत होते. सॉरी.''

शेवटी एवढ्या चर्चेतून काहीच निष्पन्न झालं नाही. मी लोगॉलच्या चकमकीत भाग घेतलेला एसएएस चा सैनिक आहे हे कळल्यावर तिची काय प्रतिक्रिया झाली असती? बहुधा तिनं संबंध तोडले असते. आम्ही बरोबर राहण्याची, मुलं होण्याची स्वप्नं रंगवत होतो खरे. पण ती सुद्धा काही लपवत असावी किंवा खोटं बोलत असावी असं मला वाटू लागलं. ती कबूल करत होती त्यापेक्षा तिचा प्रोव्होजमधला सहभाग जास्त असावा. आता महिन्याभरासाठी निरोप घ्यायची वेळ आली होती. पण तिच्या सहवासाची जादू वादातीत होती.

तरीही आम्ही एकमेकांशी प्रामाणिक नव्हतो ह्याची आम्हाला जाणीव होती. अशा स्थितीत आमचे संबंध फार काळ टिकणार नव्हतेच. छावणीत परतताना मी काहीसा निराश झालो होतो. मी वाट पाहायचं ठरवलं. तिचा निर्णय काय असेल? आता प्रथमच, एसएएस सोडून मी काय करू शकेन असे विचार मनात घोळू लागले. उच्चदर्जाच्या एसएएस चा सैनिक असल्याचा मला विलक्षण अभिमान होता. पण पुढची १० वर्ष आयरिश सीमेवर गस्त घालण्याची माझी तयारी नव्हती.

पण नियतीनं आमची पुन्हा ताटातूट केली. संसार थाटण्याचा निर्णय घ्यायला पुरेसा वेळ देण्याची दैवाची इच्छा नसावी. हियरफोर्डला जाण्याचा आदेश माझ्या हातात पडला. आमच्या चर्चेमुळे आशा निर्माण झाली होती. पण लष्करामुळे तीही वाट बंद होणार होती.

कधीकधी मला वाटायचं की एसएएस चं आमच्यावर लक्ष आहे. आमचं संभाषण ते ऐकतायत आणि आम्ही एकत्र येऊ नये म्हणून मुद्दाम आम्हाला दूर ठेवतायत. नसत्या संशयाची भुतं डोक्यात थैमान घालू लागली. स्वत:ला सावरायला हवं होतं.

आता तीन महिने लंडन आणि हियरफोर्डला आळीपाळीनं काढायचे होते. मला कंटाळा येऊ लागला. मन मायरीडकडे ओढ घेत होतं. पण पुढे दोन विचित्र घटना घडल्या. माझं आयुष्य आणि मायरीडचं आयआरएचं गुप्त आयुष्य, दोन्ही उद्ध्वस्त झाली. एकीत आयआरएचं जगाला शिसारी आणणारं क्रौर्य दिसलं. दुसरी मात्र घटनांची मालिकाच होती. तिचा प्रवास बेलफास्ट ते रॉक ऑफ जिब्राल्टर असा होता. आणि शेवट? माझ्याच सहकाऱ्यांनी थंड डोक्यानं केलेल्या हत्या.

बारा

'एनिस्किलन' हा शब्द उच्चारल्यावर अजूनही उत्तर आयर्लंडमध्ये सगळ्यांचा थरकाप उडतो. तिथे घडलेल्या घटनांनी जगाला हादरवलं होतं.

रविवार ८ नोव्हेंबर १९८७. 'रिमेम्ब्रन्स डे परेड' साठी अनेक कुटुंबं एकत्र आली होती. महायुद्धात प्राण गमावलेल्या सैनिकांना श्रद्धांजली वाहिली जाणार होती.

कोणतीही पूर्व कल्पना न देता आयआरए नं एक प्रचंड बॉंबस्फोट घडवला. त्या स्मारकाजवळ उभे असलेल्या ७० जणांवर दगडविटांचा वर्षाव झाला. एका टीव्हीच्या वार्ताहरानं ही दृष्यं कॅमेऱ्यानं टिपली. पण ती इतकी भीषण होती की ती टीव्हीवर कधीच दाखवली गेली नाहीत.

त्या घटनेमुळे सगळ्यांनाच धक्का बसला. अनेकांनी रिपब्लिकन चळवळीतून अंग काढून घेतलं. त्यांच्या चळवळीचं एवढं नुकसान झालं की ते भरून काढायला शिन फेन आणि आयआरएला अनेक वर्षं लागली. जगभरातून टीकेची झोड उठली. शेवटी आयआरए नं एक निवेदन प्रसिद्ध केलं. त्यानुसार त्यांच्या नेत्यांना 'ह्या घटनेबद्दल खेद वाटत होता.' एक घोडचूक झाल्याचं त्यांनी कबूल केलं. सामान्य नागरिक नव्हेत तर ब्रिटिश सैनिक हे लक्ष्य असल्याचं त्यांनी सांगितलं. पण जाताजाता त्यांनी असाही कांगावा केला की त्यांना स्फोट करायचा होता पण तो ऐनवेळी झाला नाही. लष्कराच्या लोकांकडून आयआरएचा हल्ला थोपवण्याच्या प्रयत्नात तो बॉंब फुटला असं त्यांचं म्हणणं. पण त्यावर विश्वास कोणीच ठेवला

नाही.

त्यातून निर्माण झालेलं राजकीय वादळ शमल्यावर एक योजना आकार घेऊ लागली. त्याचं पर्यवसान एका दुर्दैवी घटनेत झालं. रॉक ऑफ जिब्राल्टरला ३ आयआरए संशयितांना साध्या वेषातल्या एसएएस सैनिकांनी अगदी जवळून गोळ्या घालून ठार केलं.

एरिक मार्टिन हा एच अॅन्ड जे मार्टिन ह्या बांधकाम कंपनीचा संचालक होता. त्याचा व्यवसाय दक्षिण बेलफास्ट मधल्या ऑरम्यू रोडवर होता. त्याची पत्नी उत्तर आयर्लंड मधल्या प्रमुख न्यायमूर्ती लॉर्ड लॉरी ह्यांची बहीण होती. आयआरएचं अॅक्टिव्ह सर्व्हिस युनिट (एएसयू) त्याला ठार करणार असल्याची बातमी हेरांनी आणली.

कारण एकच. त्यांची कंपनी सुरक्षा दलांसाठी पोलीसस्टेशन, सैनिकांच्या बराकी, चौक्या वगैरे बांधकामं करत असे. त्यामुळे आयआरएचा बिल्डर्सवर डोळा होता. त्यांची कार्यालयंच नव्हेत तर कामगारांवरही अतिरेक्यांचे हल्ले होत. आतापर्यंत १०० हून जास्त कर्मचारी मारले गेले होते.

एरिक मार्टिनवर खास नजर असण्याचं आणखीही एक कारण होतं. त्यांच्या फर्ममध्ये २०० हून अधिक कुशल आणि अर्धकुशल कारागीर होते. आयआरएचा विश्वास होता की मार्टिनला उडवलं तर ते २०० जण निघून जातील आणि दुसऱ्या कुणालाही ही कंत्राटं घेण्याची हिंमत होणार नाही. त्यामुळे मार्टिनला आणि त्याच्या स्टाफला प्रचंड सुरक्षा कवच दिलं गेलं होतं. हेरखातं, एसएएस, आरयूसी सर्वांची मदत घेतली होती. स्वत: मार्टिन आणि त्याच्या कुटुंबियांसाठी एसएएस चे चार जवान त्याच्या १९२० सालच्या बंगल्यावर नेमले गेले. ते बंगल्याबाहेर गॅरेज मध्ये राहून बंगल्यावर २४ तास नजर ठेवत असत.

मार्टिन ऑफिसमध्ये जाताना बुलेटप्रूफ गाडी वापरत असे. त्याच्या पुढेमागे सुरक्षा दलाच्या ३ गाड्या असायच्या. श्वानपथक, स्फोटकांचे तज्ञ ही फौजही दिमतीला होतीच. मार्टिन आणि त्याचे कुटुंबीय जिथे जातील तिथे त्यांना कडेकोट सुरक्षा असे.

डिसेंबर १९८७ साली एक तरुण मार्टिनच्या घराभोवती संशयास्पद रीतीनं वावरताना दिसला. लगोलग त्याचे फोटो काढले गेले. तो डॅनियल मॅक्कान असल्याचं निष्पन्न झालं. तो लोअर फॉल्स भागातला खाटीक होता. पूर्वी एकदा स्फोटकं बाळगल्याबद्दल त्याला तुरुंगाची हवाही खावी लागली होती. आता त्याला आयआरएच्या कमांडरच्या हुद्द्यावर बढती मिळाली होती. प्रत्यक्ष हल्ल्यात भाग न घेता नियोजन करण्यात त्याचा सहभाग असायचा. नऊ महिन्यांपूर्वी त्यानं स्वत:साठीच पोलीस संरक्षण मागितलं होतं. निष्ठावंतांकडून जिवाला धोका असल्याचं त्याचं

म्हणणं होतं.

मॅक्कानवर लक्ष ठेवण्यासाठी एक खास टीम नेमण्यात आली. तो सतत घराच्या आजूबाजूला हिंडत असे. विशेषत: जिथून घरावर नीट पाळत ठेवता येईल अशा मोक्याच्या जागी. त्यामुळे तो काहीतरी घातपात करणार असल्याची सगळ्यांची खात्री पटली. मार्टिनला कसं उडवावं ह्याचा बेत तो आखत होता. बॉम्बस्फोट करावा की एखाद्या मारेकऱ्या करवी गोळी घालून ठार करावं ह्याचा तो अंदाज घेत असावा.

पाळत ठेवणाऱ्या टीमला अजून एक गोष्ट दिसली. मॅक्कान अधूनमधून एका लहान चणीच्या काळ्या केसांच्या तरुणीला भेटायचा. ते दोघं एकदा मार्टिनच्या ऑरम्यू रोडवरच्या ऑफिसजवळ फिरताना दिसले. त्या तरुणीचेही गुप्तपणे फोटो काढले गेले, आणि रिपब्लिकन समर्थक, प्रत्यक्ष कारवाई करणाऱ्या आणि तुरुंगात गेलेल्या अशा सर्व तरुणींची माहिती काढली गेली. निरोप देणं, शस्त्रं किंवा सेमटेक्स स्फोटकांची ने-आण करणं अशी अनेक कामं ह्या तरुणी करत असत. सुरुवातीला तिची ओळख पटेना. पण टीमनं चिकाटी सोडली नाही. त्या तरुणीचे आणखी फोटो मिळवले. मग मात्र ती फॅरेल असावी असा त्यांना संशय आला. पण खात्री होत नव्हती. आता तिनं केस आखूड कापले होते. त्यांनी तिच्या घरावर पाळत ठेवली आणि ती मायरीड फॅरेलच आहे असा रिपोर्ट दिला.

दोन दिवसांनी ती पुन्हा ऑरम्यू रोडवर दिसली. ती मार्टिनच्या कंपनीच्या आजूबाजूला फ्लॅट भाड्यानं मिळवायचा प्रयत्न करत होती. तोही अशा ठिकाणी जिथून मार्टिनच्या येण्याजाण्यावर, तिथल्या सुरक्षाव्यवस्थेवर नजर ठेवता यावी.

आता आणखी एक ई 4 ए ची टीम तिच्या मागावर सुटली. फॅरेल रोज क्वीन्स युनिव्हर्सिटी मध्ये जात होती. तिनं समाजशास्त्र आणि राज्यशास्त्र घेऊन पहिल्या वर्षाला प्रवेश घेतला होता. त्या आठवड्यात ती आईवडिलांबरोबर शॉपिंगला गेली. अभ्यास उरकल्यावर मात्र ती डॅनी मॅक्कानला भेटत असे. एकदा ती लोकल रेल्वेनं बेलफास्ट मधल्या मरीनो स्टेशनवर गेली. स्टेशनबाहेर एक तगडा माणूस तिची वाट बघत होता. त्यानं त्याची गाडी स्टेशनपासून थोडी लांब उभी केली होती. त्याला ही भेट गुप्त राखायची असावी. ते दोघंजण गाडीतून नेमके कुठे गेले हे कळलं नाही.

त्यांच्या दुसऱ्या भेटीच्या वेळी मात्र हेरांनी गाडीचा नंबर मिळवला आणि तपास केला. ती गाडी एसएएसच्या सैनिकांसाठी बाळगलेल्या गाड्यांच्या ताफ्यातली होती. आणि त्या रात्री ती गाडी घेऊन जाणारा माणूस होता सार्जंट स्कॉट ग्रॅहॅम!

हा रिपोर्ट मिळाल्यावर टीसीजीचे लोक अवाक् झाले. एका एसएएस सार्जंटला मायरीड फॅरेल सोबत गुप्त काम दिल्याची कोणालाच कल्पना नव्हती. मात्र

फॅरेलबद्दल सगळ्यांना माहिती होती. टीसीजीची तातडीनं मीटिंग बोलावली गेली. ग्रॅहॅमला फॅरेलशी मैत्री करण्याचे आदेश दिल्याची एसएएस च्या प्रतिनिधीलाही कल्पना नव्हती.

एका बाबतीत सर्वांचं एकमत झालं की हे प्रकरण तडीला न्यायचं. ग्रॅहॅमचं काय चाललं आहे? कॉनवे स्फोट प्रकरणात १० वर्षं तुरुंगात गेलेल्या अतिरेक्याला तो का भेटतोय? त्याला सुरक्षा दलाच्याच दुसऱ्या विभागाच्या कामासाठी नेमलंय का? कारण ह्या गोष्टी पूर्वी घडल्या होत्या.

टीसीजीच्या मीटिंगला हजर असलेल्या एका अधिकाऱ्यानं सगळी सविस्तर माहिती दिली. 'एसएएसच्या प्रतिनिधीनं ठामपणे सांगितलं की त्या रात्री ती गाडी नेणारा माणूस सार्जंट ग्रॅहॅमच होता. गाडी नेताना आणि परत आणल्यावर नियमाप्रमाणे नोंद झाली होती. ह्या काळात गाडी ग्रॅहॅमच्याच ताब्यात होती. इतर विभागांच्या प्रतिनिधींनी सांगितलं की त्यापैकी कोणीही ग्रॅहॅमवर अशी कामगिरी सोपवली नव्हती.

मीटिंग मध्ये असंही ठरलं की सध्या तरी ग्रॅहॅमला ह्याबाबत छेडायचं नाही. पण हेरखात्याच्या मदतीनं त्या दोघांचे आणखी फोटो काढायचे आणि मुख्य म्हणजे त्यांच्या भेटींचं कारण जाणून घ्यायचं. मायरीड फॅरेलवर २४ तास लक्ष ठेवण्याचे सुरक्षा दलांना आदेश मिळाले. तिचं आयुष्य, तिचे मित्र, अर्माघचा तुरुंगवास, तिचा रिपब्लिकन लढ्यातला सहभाग ह्याबद्दल सविस्तर रिपोर्ट तयार करायचा. एसएएसचाच एक माणूस गुप्तपणे ग्रॅहॅमच्या पाळतीवर राहिला. "ह्याचं नेमकं काय चाललंय?" एकानं विचारलं.

"सध्यातरी कळायला मार्ग नाही," एक एसएएस अधिकारी म्हणाला, "पण लवकरच सर्व माहिती मिळेल."

"पुढच्या आठवड्यात ग्रॅहॅम आणि फॅरेल भेटले नाहीत. आणि ग्रॅहॅम हा कोणत्याही सुरक्षा विभागाच्या वतीनं काम करत नाही ह्याची खातरजमा झाली."

"एक एमआय-5 चा अधिकारी म्हणाला, "आता एकच गृहित धरावं लागेल की ग्रॅहॅम काहीतरी बदमाषी करतोय किंवा त्यांचं फक्त लफडं चालू आहे. फॅरेलचं अतिरेकी असणं, तिचा तुरुंगवास हे तरी त्याला ठाऊक आहे की नाही कोण जाणे."

"सर्वात महत्त्वाचं म्हणजे ग्रॅहॅम हा एसएएस सार्जंट असल्याचं फॅरेलला कळलं असेल. आणि ती त्याला प्रोव्होजकरवी ठार करायची संधी शोधत असेल. असं पूर्वी घडलंय. जुनीच ट्रिक आहे. पण ते बरेच दिवस एकमेकांना ओळखतायत. आणि असा सापळा असला तर लगेच कारवाई होते."

एसएएसचा प्रतिनिधी म्हणाला, "दोनच दिवसांत ग्रॅहॅम हियरफोर्डला जाणार

आहे. बहुधा त्याला काही महिने खास सुरक्षेपोटी नेमलं जाणार आहे. त्यामुळे ह्या काळात तो आयर्लंडमध्ये असणार नाही.''

''आपण त्याला स्पष्ट विचारायचं का?'' आरयूएलचा माणूस म्हणाला.

''त्याच्यावर बारीक लक्ष ठेवू. त्याचं टपाल तपासू.'' एसएएसचा माणूस म्हणाला.

एका ऑफिसरनं विचारलं, ''पण हा माणूस आहे कसा? तो त्यांना सामील झालाय की तिच्या प्रेमात पडलाय? ''

मग एसएएसच्या माणसानं ग्रॅहॅमच्या लष्करी कारकिर्दीबद्दल माहिती सांगितली. ग्रॅहॅमचं एकूण रेकॉर्ड चांगलं होतं. अधूनमधून बारमध्ये त्याचं भांडण व्हायचं पण शिस्तभंगाच्या कारवाईपर्यंत कधी प्रकरण गेलं नाही. पण तो 'लेडीज मॅन' म्हणून ओळखला जायचा.

एसएएसचा प्रतिनिधी म्हणाला, ''तो त्याच्या सहकाऱ्यांमध्ये आणि ऑफिसर्समध्ये चांगलाच लोकप्रिय आहे. तो एक उत्कृष्ट सैनिक आहे. त्याची रेजिमेंट हेच त्याचं आयुष्य आहे. त्यामुळे त्याला ह्या मुलीत फक्त सेक्सपुरताच रस असावा असं वाटतं.

''पण त्या मुलीचं काय?'' एकानं विचारलं.

ह्या प्रश्नाचं उत्तर स्पेशल ब्रँचच्या माणसानं दिलं, ''ती अजूनही रिपब्लिकन चळवळीत आहे. अनेकदा ती कट्टरपंथियांच्या बरोबर क्लबमध्ये किंवा बारमध्ये दिसते. तुरुंगातून सुटून आल्यावर ती नायिकाच झाली आहे. जेरी ॲडम्सनं देखील तिचा सत्कार केला. एका कार्यक्रमाला ती प्रमुख पाहुणी होती. प्रोव्होजनं तिला पुढे आणायचं ठरवलेलं दिसतं. ती लहानखोरी असली तरी देखणी आहे. तिचं व्यक्तिमत्त्व उत्तम आहे. आणि तिचे नेतृत्वगुणही सगळ्यांनी ओळखले आहेत. तुरुंगात जाऊन आल्यावर अशा लोकांना प्रोव्होज प्रत्यक्ष कारवाईपासून दूरच ठेवतात. पण आपली त्यांच्यावर नजर असतेच.''

मला बेलफास्टहून हियरफोर्डला जावं लागणार ह्याची मला कल्पना होतीच. पण त्याआधी मायरीडच्या सहवासात काही वेळ घालवायचा होता. जर्मनीत वेल्डिंगच्या कामासाठी खास बोलावणं आलंय ही थाप तयार होतीच. पण का कोण जाणे, तीन तासातच हियरफोर्डला निघण्याचा मला आदेश मिळाला.

'छे!', मी मनाशी म्हणालो, 'आता मला तिचा निरोपही घेता येणार नाही.'

मी तिला फोन केला. सुदैवानं तिनंच उचलला.

''फोन कशाला केलास?'' तिनं जरा घुश्श्यातच विचारलं.

''वाईट बातमी,'' मी म्हणालो.

“कसली वाईट बातमी?” तिच्या आवाजात काळजी डोकावली.

“मला जर्मनीला जावं लागणार आहे. तीन महिन्यांसाठी.”

तिचा ताण कमी झाल्यासारखा वाटला.

“तुझं हे नेहमीचंच आहे.”

ती म्हणाली, “काही महिन्यांपेक्षा जास्त तुझा पाय एका जागी ठरत नाही.”

‘माझीही इथेच राहायची इच्छा आहे गं.’ मी म्हणालो, “पण हे नवीन काम आलंय.”

“इथे नाही थांबता येणार?’ ती आग्रहानं म्हणाली, ‘दुसरं काम का मिळवत नाहीस?”

“मी सांगितलं ना, अशी जर कामं नाकारली तर कोणी विचारेनासं होतं.’ मी म्हणालो, “मग उपाशीच बसावं लागेल.”

“आलं लक्षात,” ती म्हणाली, “पण आता एवढंच ना?”

“शक्य असतं तर नक्कीच राहिलो असाते मायरीड. पण एक विचार आलाय. हे काम उरकल्यावर माझ्याबरोबर सुट्टीला येशील. स्पेन किंवा इटलीला?”

“माहीत नाही.” ती म्हणाली, ‘घरी काय सांगणार?”

“शोध एखादं निमित्त.”

“बरं,” ती म्हणाली, “मजा येईल. कारण मी कुठे गेलेली नाही. परत आल्यावर फोन कर.”

“ओके. बाय्.”

“ए, थांब,” ती म्हणाली, ‘माझं तुझ्यावर प्रेम आहे. विसरू नकोस.’

“माझंही तुझ्यावर प्रेम आहे.” मी म्हणालो, “तुझ्या कल्पनेपेक्षाही जास्त.” मी फोन ठेवला.

मी डिसेंबरच्या मध्यावर बेलफास्ट सोडलं. आता मायरीड केव्हा भेटणार हा विचार मनात होता. अर्थात माझ्या आणि तिच्या भेटीगाठी लोकांना समजल्या आहेत आणि टीसीजी मीटिंगमध्ये चर्चाही झाली आहे, याची मला मुळीच कल्पना नव्हती.

हियरफोर्डला नेहमीप्रमाणे सराव प्रशिक्षण असा कार्यक्रम सुरू झाला. मला ह्या सगळ्याचा कंटाळाच यायचा. काहीतरी घडून ॲक्शन मध्ये भाग घेता यावा असं वाटायचं. अशा कामात आळीपाळीनं भाग घ्यायला मिळायचा. तेवढाच वेळ चांगलाच जायचा.

एक गोष्ट आमच्या लक्षात आली की एसएएसची एक तुकडी सतत कामासाठी सज्ज असली पाहिजे. कारण काही आणीबाणीचा प्रसंग आलाच तर कोणालाही नको असणारं काम आमच्या गळ्यात पडायचं. एखाद्या देशाचा अंतर्गत प्रश्न

सोडवणं, कुणाची सुटका करणं, एखाद्या त्रासदायक बंडखोर नेत्याला पळवून नेणं, मित्रदेशातल्या एखाद्या व्हीआयपीचं रक्षण करणं किंवा त्या देशाला नको असलेल्या समाजकंटकांना उडविणं. पण आमच्या ह्या कामाचा पत्रकारांना किंवा आम जनतेला पत्ता नसे.

मी मात्र सतत मायरीडचाच विचार करायचो. मला ठामपणे वाटू लागलं की सुट्टीवर, एखाद्या दूरच्या ठिकाणी, समुद्रकिनाऱ्यावर पहुडलेलं असताना मी खरा कोण हे तिला सांगून टाकावं. तिनं माझ्याबरोबर इंग्लंडला येण्यासाठी तिचं मन वळवावं. जर हा विषय मी बेलफास्टमध्ये काढला असता तर तिनं एकच आकांडतांडव केलं असतं. आणि मला काढता पाय घ्यावा लागला असता. पण सुट्टीवर असताना तिला खरं सांगावं असा विचार मनात जोर धरू लागला. एखादं छानसं ड्रिंक आणि जेवण झाल्यावर एखाद्या जवळिकीच्या क्षणी हे सांगावं असं वाटलं. सुरुवातीचा संतापाचा उद्रेक शमल्यावर ती शांतपणे विचार करू शकली असती. प्रोव्होज आणि रिपब्लिकन चळवळ ह्यापलीकडेही जग आहे ह्याची तिला जाणीव झाली असती. ती माझ्या बरोबर येईल असा भाबडा विश्वास वाटू लागला.

डेट आणि एचएमएसयूनं डॅनी मॅक्कान आणि मायरीडवर बारीक नजर ठेवली होती. पण एरिक मार्टिनची सुरक्षा जास्त महत्त्वाची होती. टीसीजीला पूर्ण जाणीव होती की प्रोव्होजमुळे मार्टिनला काही दगाफटका झाला तर एकही बिल्डर आयर्लंडमध्ये सरकारी कामं करायला तयार झाला नसता.

१९८७ च्या ख्रिसमसच्या आधी दोनच दिवस डॅनी मॅक्कान दिसेनासा झाला. मायरीड फॅरेलही कंपनीच्या आसपास दिसेना. सगळीकडे शोध घेऊन झाला पण मॅक्कान जणू हवेतच विरून गेला होता. मायरीडनं मात्र घरीच राहून शिक्षण चालू ठेवलं होतं. पण ती मार्टिनच्या आसपास फिरकत नव्हती.

पण पुढचे काही दिवस मार्टिनला पूर्ण सुरक्षा पुरवली गेली. कारण सावजाची माहिती काढायची, जाण्यायेण्याच्या वेळा माहीत करून घ्यायच्या आणि काही दिवस थांबून थंड डोक्यानं त्याला उडवायचं. अशी प्रोव्होजची पद्धत होती. जानेवारीपासून मात्र मार्टिनच्या सुरक्षेत कपात केली गेली. पण कामावर जाताना त्याला पोलीस संरक्षण देणं चालू राहिलं.

नोव्हेंबर १९८७ मध्ये स्पॅनिश पोलिसांना एका तरुणीचा संशय आला. तिच्याकडे आयरिश पासपोर्ट होता. ती दर मंगळवारी स्पेनमधून जिब्राल्टरला जात असे. तिथे गेल्यावर ती गव्हर्नमेंट हाऊस, राज्यपालांचा निवास ह्याच्या आजूबाजूला घुटमळायची. एखादी पर्यटक असल्याची बतावणी करून फोटो काढायची. ह्या तरुणीचे गुप्तपणे फोटो काढून बेलफास्टला पाठवले गेले. ती प्रोव्होजची सदस्य असल्याची खात्री पटली पण ती मायरीड फॅरेल नव्हती.

१५ नोव्हेंबरला मॅक्कान आणि शॉन सॅव्हेज, रायली आणि कोहेन ही बनावट नावं धारण करून मलागाहून माद्रिदला पोचले. आता मात्र ह्या गाजलेल्या आयआरएच्या मारेकऱ्यांशी गाठ असल्याचं स्पॅनिश पोलिसांना जाणवलं. पण ते स्पेनमध्ये का आले आहेत हे कळेना. बहुतेक स्पेनमध्ये राहणाऱ्या ब्रिटिश वंशाच्या लोकांना ते लक्ष्य बनविणार होते. मग मात्र स्पेनमध्ये राहणाऱ्या ८९००० ब्रिटिशांची छाननी करण्याचं वेळखाऊ आणि किचकट काम पोलिसांवर येऊन पडलं. त्यातलं कोण उत्तर आयर्लंडमध्ये होतं, त्यातला कोणी पोलीस, न्यायाधीश, सैनिक होता का? ह्या गोष्टींचा तपास सुरू झाला. पण निष्पन्न काहीच झालं नाही.

जानेवारी १९८८ मध्ये मॅक्कान पुन्हा स्पेनमध्ये दिसला. ह्यावेळी तो त्या जिब्राल्टरला जाणाऱ्या तरुणी बरोबर होता. पण ती मायरीड नव्हती.

फेब्रुवारीमध्ये टीसीजीला एक अत्यंत महत्त्वाची खबर मिळाली. फोर्स रिसर्च युनिट ही लष्कराचीच गुप्त माहिती मिळवणारी शाखा होती. त्यातल्या एका एजंटला आयआरएच्या बेलफास्ट ब्रिगेड मधून बातमी कळली की जिब्राल्टरच्या 'चेंजिंग ऑफ गार्ड्स' संचलनाच्या सोहळ्यात ते एक प्रचंड स्फोट घडवून आणणार आहेत. तपासाअंती कळलं की तिथे असणाऱ्या रॉयल अँग्लिकन रेजिमेंटनं नुकताच लंडनडेरी आयर्लंडमधला २ वर्षांचा कालावधी पूर्ण केला होता.

आयआरएनं अनेकदा युरोपमधल्या ब्रिटिश लोकांना लक्ष्य केलं होतं. ऑगस्ट १९७८ मध्ये त्यांनी जर्मनीतल्या आठ ब्रिटिश लष्करी तळावर एकाच वेळी बॉंब हल्ले केले होते. मार्च १९७९ मध्ये त्यांनी ब्रिटनचे हॉलंडमधले राजदूत सर रिचर्ड साईक्स ह्यांची हत्या केली. त्याच दिवशी ब्रिटिश दूतावासाचा माणूस समजून एका बेल्जियन उद्योजकाची हत्या केली. १९८० च्या दशकात जर्मनीत एका ब्रिटिश लेफ्टनंटचा खून झाला. सर रिचर्ड साईक्स ह्यांच्यासाठी वापरल्या गेलेल्या पिस्तुलातूनच ही गोळी झाडली होती. १९८७ साली पश्चिम जर्मनीत ब्रिटिश सैन्याच्या एका कार बॉंबचा स्फोट होऊन ३३ जण जखमी झाले होते.

फेब्रुवारी १९८८ साली एका अतिशय गुप्त आणि उच्चस्तरीय समितीची मीटिंग झाली. त्यात एमआय ५ एमआय ६ (ब्रिटिश हेरखातं) स्पेशल ब्रँच, संरक्षण दलाचं हेरखातं ह्या सर्वांचे प्रमुख हजर होते. ही मीटिंग १० डाऊनिंग स्ट्रीट ह्या पंतप्रधानांच्या निवासस्थानी झाली. प्रधानमंत्री मार्गरेट थॅचर ह्या अध्यक्षपदी होत्या. प्रोव्होजला जिब्राल्टर मध्ये अलीकडे वाटू लागलेला रस हाच मुद्दा चर्चेला होता. १९८४ साली ब्रायटन हॉटेलमध्ये टोरी पक्षाच्या सभेत एक स्फोट झाला होता. तेव्हापासून थॅचर बाईंनी ह्या 'आयरिश प्रश्नात' विशेष लक्ष घालायचं ठरवलं होतं.

ब्रिटनबाहेर हल्ले करणाऱ्या दहशतवाद्यांना अटक करणं किंवा ठार मारणं

सरकारला शक्य नव्हतं. कारण तो आंतरराष्ट्रीय कायद्याचा भंग ठरला असता. पण जिब्राल्टरची गोष्ट वेगळी होती. रॉक ऑफ जिब्राल्टर ही एकेकाळी ब्रिटिश वसाहत होती. अजूनही तिथल्या राज्य घटनेनुसार संरक्षण, अंतर्गत सुरक्षा आणि परराष्ट्र व्यवहार ह्यावर ब्रिटनचंच नियंत्रण असे. सर पीटर टेरी हे तिथले ब्रिटिश राज्यपाल होते. त्यामुळे त्यांच्या परवानगीनं ब्रिटिश सैन्य तिथे मुक्तपणे कारवाई करू शकत असे.

आयआरएच्या त्या पथकावर लक्ष ठेवायचं पण तूर्त अटक करायची नाही असं त्या मीटिंगमध्ये ठरलं. एसएएसच्या एका तुकडीला सतत सज्ज राहण्याचा हुकूम मिळाला.

तेरा

आमच्या अधिकाऱ्यांना माझे आणि मायरीडचे संबंध ठाऊक होते. पण मला अर्थातच ह्या गोष्टीचा पत्ता नव्हता. त्यामुळे हियरफोर्डला जेव्हा मला मुख्य कामापासून दूर ठेवलं जाऊ लागलं तेव्हा ते मला खटकलं. मी थोडा काळजीतही पडलो. पण अधिकारी माझ्यावर संशय घेत होते किंवा दुर्लक्ष करत होते असं मला मुळीच वाटलं नाही. पण मी आता इथला महत्त्वाचा सैनिक नाही ह्याची जाणीव होऊ लागली.

वर्षाच्या सुरुवातीला आमच्यापैकी अनेकांची वेगवेगळ्या मोहिमांवर नेमणूक झाली. मी मात्र हेडक्वार्टरलाच राहिलो. भरपूर व्यायाम करणं, फिट राहणं आणि नवीन सैनिकांना प्रशिक्षण देणं एवढंच मला काम होतं.

पण तरीही बाहेर काय चाललंय ह्याच्या बातम्या तळावर पोचतातच. आमची एक टीम स्पेनमध्ये टेहळणीच्या कामावर गेली असल्याचं मला कळलं. आयआरएचं ॲक्टिव्ह सर्व्हिस युनिट कुठेतरी बाँबहल्ला करणार असल्याची कुणकुण लागली. देशाबाहेर काम करणाऱ्या ब्रिटिश सैन्यावरही आयआरएचे हल्ले होत असत. पण ते स्पेनमध्ये काय करताहेत हे कळेना. आणि ते जिब्राल्टरला जाताना वाटेत कुठे थांबले असतील असं कुणाला वाटलं नाही.

ब्रिटिश पायदळाची एक तुकडी जिब्राल्टरवर कायम तैनात केलेली होती. कारण 'नाटो' देशांचा तो महत्त्वाचा तळ होता. लष्कराच्या तिन्ही विभागांचे मिळून सुमारे २००० सैनिक तिथे होते. जोडीला जिब्राल्टरचे स्थानिक पोलीस

आणि स्वयंसेवी दल होतंच. आणि जिब्राल्टरची लोकसंख्या होती फक्त २९००० आणि क्षेत्रफळ २ चौरस मैल.

४ मार्च १९८८ ह्या दिवशी आमच्या ॲडजुटंट ऑफिसनं मला बोलावून घेतलं. उद्या सकाळी ७ वाजता हवाईदलाच्या विमानतळावर हजर राहा असा मला आदेश मिळाला. तिथे गेल्यावर मला फ्लाईट कंट्रोलरची गाठ घ्यायची होती. जाताना बरोबर पासपोर्ट, ओळखपत्र आणि एक दिवसासाठी सामान घ्यायचं होतं. आणि साध्या वेषात जायचं होतं.

"का?" मी विचारलं.

"सांगता येणार नाही." तो म्हणाला. "मलाही ठाऊक नाही. आत्ताच वरून आदेश आलाय."

"मी बरोबर पिस्तूल घेऊ शकतो?" मी विचारलं.

"नाही." तो म्हणाला, "मी सुद्धा हाच प्रश्न विचारला. पण फक्त एक ओळख पटवायची आहे. आयडी-आयडेंटिफिकेशन."

"मी कुठे चाललोय?" मी आता चांगलाच बुचकळ्यात पडलो होतो.

"कल्पना नाही."

""किती दिवस?"

"तेही सांगता येणार नाही. पण फक्त आयडी असल्यामुळे फार वेळ लागू नये." तो म्हणाला.

"माझ्या बरोबर आणखी कोणी असेल?" मी विचारलं.

"नाही. फक्त तूच.'

"आणि हा काय प्रकार आहे ह्याची तुम्हाला खरंच कल्पना नाही?' मी शेवटचं म्हणून विचारलं.

"स्कॉट. मला खरंच माहीत नाही. पण त्यांना तूच हवा आहेस."

"थँक्स," मी म्हणालो, "पुन्हा भेटूया."

तिथून बाहेर पडताना मी चांगलाच गोंधळलो होतो. तरीही ह्यात मायरीडचा काही संबंध असेल ह्याची पुसटशीही कल्पना नव्हती.

विचारांमुळे मला रात्रभर झोप लागली नाही. कुणाला माझी एवढ्या तातडीनं गरज भासली असेल? बहुतेक उत्तर आयर्लंडशी संबंधित कुणीतरी. पण पासपोर्ट न्यायचा होता त्याअर्थी मी देशाबाहेर जाणार होतो.

शेवटी पहाटे चारला उठून मी दाढीअंघोळ उरकली. अंगात जीन्स आणि टीशर्ट चढवला. आणि वेळेच्या आधीच हवाई दलाच्या ब्राईझनॉर्टन तळावर पोचलो.

तिथे मी फ्लाईट कंट्रोलर समोर हजर झालो.

"आलास?" तो म्हणाला. "तू आणि आणखी काहीजण आज जिब्राल्टरला जाणार आहात."

"जिब्राल्टर?" माझा विश्वास बसेना.

"हो," तो म्हणाला, "आठ वाजता विमान सुटेल."

"आम्ही कितीजण आहोत?" मी विचारलं.

"डझनभर."

"फक्त बारा?" मी आश्चर्यानं विचारलं.

आता मात्र तो ह्या संभाषणाला कंटाळलेला दिसला.

"हे बघ मित्रा," तो म्हणाला, "माझ्याकडे १२ जणांची नावं आहेत. त्यात तुझंही आहे. तुला कळेलच."

"थँक्स." म्हणून मी निघालो.

तेवढ्यात 'हाय' अशी हाक आली. मी वळून पाहिलं. माझा जुना मित्र पीटर ओ'केन येत होता. तोही साध्या वेषातच हाता. हातात एक बॅग होती.

"तू इथे काय करतोयस?" मी विचारलं.

"तू करतोयस तेच. जिब्राल्टरला निघालोय." तो म्हणाला.

"मी तिकडे चाललोय हे तुला कसं ठाऊक?" मी विचारलं.

"त्यासाठीच तर आलोय. चल कॉफी घेऊ. तुला सगळं सांगतो."

"पण मला समजेल का ते सगळं?" मी खोचकपणे विचारलं. मलाही आता ह्या रहस्यमय प्रकाराचा वीट आला होता.

"नक्कीच. विशेष काही नाही. लख्ख सूर्यप्रकाशात एक वीकएंड.'

बसल्यावर कॉफी घेईपर्यंतही मला दम निघाला नाही.

"आता तरी एकदाचं सांग. हे काय चाललंय?" मी विचारलं.

"मायरीड फॅरेल." असं म्हणून त्यानं माझ्याकडे रोखून पाहिलं. माझी काय प्रतिक्रिया होते हे त्याला पाहायचं होतं.

"मायरीड फॅरेल?" मी थक्क होऊन विचारलं. मी त्याच्या जवळ मायरीडविषयी कधीच बोललो नव्हतो.

'हो. मायरीड फॅरेल." तो म्हणाला.

"तिचं काय?" मी विचारलं. पण आता माझ्या सगळं लक्षात यायला लागलं होतं. माझं विचारचक्र सुरू झालं. जर एचएमएसयूमधल्या पीटर ओ'केनला माझ्या आणि मायरीडच्या प्रकरणाची माहिती असेल तर मग ही गोष्ट जगजाहीर असली पाहिजे. माझं आणि मायरीडचं प्रेमप्रकरण आयर्लंड मधल्या प्रत्येक हेराला ठाऊक झालं होतं.

"हे बघ," तो म्हणाला, "मी स्वत:हून हे काम मागून घेतलं. आपली जुनी

मैत्री आहे. तू मला अनेकदा मदत केली आहेस. सल्ला दिला आहेस. आणि आपण बरोबर धमाल सुद्धा केलीय.''

''बरोबर.'' मी म्हणालो.

''टीसीजीला तुझ्या आणि मायरीड फॅरेलच्या लफड्याबद्दल पूर्ण माहिती आहे.''

''काय?'' मी किंचाळलोच. आता मात्र सगळा सावधपणा वाऱ्यावर सोडून पीटरवर पूर्ण विश्वास टाकायचं ठरवलं. ''तुला कसं माहीत?''

''काही दिवसांपूर्वी एचएमएसयूच्या हेरखात्यानं मला सगळं सांगितलं. तुझे आणि मायरीडचे फोटो दाखवले. तुमचं प्रकरण किती दिवस सुरू आहे हे त्यांना कळलं नाही. मात्र ते चांगलेच धास्तावले.''

''छे! आणखी काही?'' मी म्हणालो.

''तू एखाद्या गुप्त कारागिरीवर आहेस का त्याबद्दल त्यांनी हेरखात्याच्या सर्व विभागांकडे चौकशी केली. पण सगळीकडून नकारार्थी उत्तर आल्यावर त्यांनी निष्कर्ष काढला की तुमचं प्रेमप्रकरण चालू आहे.''

''मला समजायला हवं, असं आणखी काही आहे?'' त्यानं विचारलं.

''तुला काय म्हणायचंय?'' मी म्हणालो.

''हे पाहा. ती आयआरए मध्ये आहे हे तुला माहीत असलंच पाहिजे. ती कॉनवे स्फोटात सहभागी होती. आणि त्यासाठीच १० वर्षं गजाआड होती हे सुद्धा तुला नक्कीच ठाऊक असेल.''

'हो. मला माहीत होतं.'' मी म्हणालो.

''मला सांगण्यासारखं आणखी काही?' त्यानं विचारलं. ''तिनं कधी तुला संकटात आणलं? तुझ्याबद्दल आयआरएला माहिती दिली?''

''नाही.''

''पण तू एसएएसमध्ये असल्याचं तिला कळलंच असेल?''

''कधीच नाही.'' मग अचानक माझ्या डोक्यात प्रकाश पडला.

''जीझस ख्राईस्ट!'' मी म्हणालो. ''मी तिला आपली माहिती पुरवत होतो असं तुला वाटतंय का?''

''माहीत नाही.'' तो म्हणाला.

''हे बघ,'' मी अगतिकपणे म्हणालो, ''मी एक वेल्डर आहे अशी तिची अजूनही समजूत आहे. मी सैन्यात असल्याचंही तिला माहीत नाही. रेजिमेंटबद्दल तर नाहीच नाही.''

''पण ती आयआरएची आहे हे तुला ठाऊक होतं?''

''हो,'' मी म्हणालो, ''फार पूर्वीपासून.''

“पूर्वीपासून म्हणजे?”

“कॉनवे बाँबिंगची मीच पोलिसांना खबर दिली.” मी म्हणालो.

“काय?” आता किंचाळायची पाळी त्याची होती. “तुला ते माहीत होतं?”

“मला मायरीडनंच सांगितलं होतं. प्रत्यक्ष स्फोटाआधी काही दिवस. मला नक्की दिवस आणि वेळ कळली नाही. मी आययूसीमधल्या एका मित्राला सांगितलं. तू खात्री करून घेऊ शकतोस.” मी म्हणालो.

“नशीब तुझं,” पीटर म्हणाला, “गरज लागली तर तू त्याचं नाव आणि हुद्दा सांगू शकशील?”

“नक्कीच.” मी म्हणालो, “तो माझी बाजू घेईल.”

“नशीब. म्हणजे आता निदान तुझी सुटका तरी होईल.”

“म्हणजे?”

“हो,” तो ठामपणे म्हणाला, “आयर्लंडमधली तुझी कारकीर्द त्यांनी बारकाईनं तपासली. तुझं रेकॉर्ड चांगलं असल्यामुळे तू त्यांना माहिती पुरवत असशील असं कुणाला वाटलं नाही.’

“तुला माझा संशय नाही आला?” मी विचारलं.

“कधीच नाही.” तो म्हणाला, “पण आयआरए मधल्या मुलीबरोबर लफड्यात पडून तू गाढवपणा करत होतास. कधी ना कधी पकडला जाशील हे तुला कळायला हवं होतं.’

“हो कल्पना आहे,” मी म्हणालो. आमचं प्रेम प्रकरण इतरांच्या दृष्टीनं किती भयानक होतं ह्याची आता मला कल्पना आली.

“आता माझं काय होणार?”

“देव जाणे,” तो म्हणाला, “पण तुला बढती मिळणार नाही हे नक्की.”

“म्हणजे आता माझा खेळ खलास. असंच ना?” मी विचारलं.

“तरी ही तुझी शेवटची संधी आहे.”

“ही म्हणजे?” मी विचारलं.

“आताची आपली कामगिरी. अगदी महत्त्वाची. १० डाऊनिंग स्ट्रीट चा आदेश.”

“थेट तिथून?” मी म्हणालो, ‘पण आता तरी सांग. मला काहीच माहीत नाही.”

“मायरीड फॅरेलची ओळख पटवायला तुला जिब्राल्टरला जायचंय. ती आयआरएच्या ॲक्टिव्ह सर्व्हिस युनिट मध्ये आहे. त्यांची एकूण तीन माणसं आहेत. पुढच्या मंगळवारी ‘चेंजिंग ऑफ गार्ड्स्’ च्या सोहळ्यात त्यांना स्फोट करायचाय. एका गाडीत त्यांनी सेमटेक्स स्फोटकं ठासून भरली आहेत. आपणही

तयारीत आहोत. पण एक प्रॉब्लेम आहे आणि इथे तू कामाला येशील.''

"कोणतं काम?''

"तिथले अधिकारी, राज्यपाल आणि पोलीसप्रमुख ह्यांना सर्वांना त्या तीन अतिरेक्यांची ओळख पटायला हवी आहे. त्या दोन पुरुषांची ओळख पटली आहे. पण मायरीड फॅरेलच्या आयडीबद्दल शंका आहे. ती तीच आहे हे त्यांना कळलंय पण तरीही त्यांना १०० टक्के खात्री करायची आहे. हे कळल्यावर तुझा उल्लेख झाला आणि त्यांनी मला बोलावलं. कारण आपण मित्र आहोत हे त्यांना ठाऊक आहे.' तो म्हणाला.

"म्हणजे मी जिब्राल्टरला जाऊन मायरीडला ओळखायचं. पुढे?''

"ह्या तिघांना अटक करून बेलफास्टला नेतील.''

"आलं लक्षात.'' मी म्हणालो. तरी हा प्रकार समजायला कठीणच होता.

आमचा विमानप्रवास ३ तासांचा होता. वाटेत आमचं बोलणं चालू होतं. आणखी १०-१२ माणसं होती. पण त्यातले आर्मीतले कोणी वाटले नाहीत. मी आणि पीट मागच्या बाजूला बसलो.

आता मला खूप विचार करायला लागणार होता. हियरफोर्डला सगळे मला का टाळत होते ते कळलं. त्यांना माझ्या निष्ठेबद्दलच शंका येत होती. जर तुमच्या एसएएसच्या सहकाऱ्यांचाच तुमच्यावर विश्वास नसेल तर तिथे राहण्यात अर्थ नसतो.

आता मात्र मायरीड प्रकरणात मी किती मूर्खपणा केला हे माझ्या लक्षात आलं. आमचे संबंध केवळ नैसर्गिक आकर्षणामुळेच होते ह्यावर कोणीही विश्वास ठेवला नसता.

आता ह्या पेचातून माझा काही फायदा होईल का असा विचार माझ्या मनात येऊ लागला. जर मायरीड बॉंबस्फोट करण्यासाठीच तिथे आली असल्याचं कोर्टात सिद्ध झालं तर तिची जन्मठेप निश्चित होती. पण जर मी आधीच तिची ओळख पटवली असती तर तिला अटक झाली असती. कारबॉंब कदाचित सापडलाही नसता. पण हे सगळं माझं स्वप्नरंजन होतं. मी स्वत:लाच फसवत होतो. पण आता पीटला पूर्ण विश्वासात घेऊन सगळं सांगायलाच हवं होतं.

"आपण काही खाजगी गोष्टी बोलू शकतो?'' मी विचारलं, "की मी बोललेला प्रत्येक शब्द टीसीजीकडे जाणार आहे.''

"नक्कीच बोलू शकतोस. तुझ्या मनात काय आहे?'' तो म्हणाला.

"मला एक गोष्ट कबूल करायची आहे. हास्यास्पद, अतर्क्य, मूर्खपणाची आहे. हे कबूल. पण एक गोष्ट खरी. माझं तिच्यावर प्रेम आहे. तिच्यात काहीतरी जादू आहे. तिचा सहवास केवळ स्वर्गीय असतो. आणि तिचीही हीच भावना

आहे.''

''इतकी वाईट परिस्थिती आहे?'' त्यानं विचारलं.

''हो.'' मी म्हणालो, ''मी असंख्य वेळा हे सगळं संपवण्याचा प्रयत्न केला पण शक्य झालं नाही. मला तिच्याबरोबर कायमचं राहायचंय.''

''पण तू सैन्यात असल्याचं तिला माहीत नाही. रेजिमेंटची तर बातच सोड.'' तो म्हणाला, ''तुझं सैन्यात असणं ती स्वीकारू शकणारच नाही. तुझी अक्षरश: शत्रूशी शय्यासोबत चालू आहे. मूर्ख आहेस. तिला कळलं तर वेड लागेल. विसर तिला.''

पण माझं संपलं नव्हतं. 'पण त्या तिघांना अटक झाली आणि कारबाँब सापडलाच नाही तर?''

'माझ्या मते त्यांना बेलफास्टला घेऊन जातील आणि ह्या ना त्या आरोपाखाली डांबून ठेवतील.'' पीट म्हणाला.

''पण काही पुरावाच मिळाला नाही तर?'

''खरंय,'' तो म्हणाला, ''पण स्कॉट, तुलाही ठाऊक आहे. ते कोणताही आरोप ठेवतील.'

''पण त्यांची सुटका होईल?''

''होईल कदाचित.'' पीट म्हणाला, ''पण तशी शक्यता कमीच. हातात सापडलेल्या आयआरएच्या लोकांना ते सुखासुखी सोडणार नाहीत.''

''पण जर बाँब, हत्यारं, काहीच सापडलं नाही तर ते निर्दोष सुटतील. मग कदाचित मी बोलू शकेन. एखाद्या ज्येष्ठ अधिकाऱ्याला सांगू शकेन की मी तिला माझ्याबरोबर लंडनला घेऊन जाणार आहे.''

''सांगता येत नाही.'' तो म्हणाला, ''पण हे त्या अधिकाऱ्याला किंवा मायरीडला पटण्याची शक्यता कमीच. शिवाय आता तू काही त्यांचा लाडका राहिलेला नाहीस.''

''बरोबर,'' मी म्हणालो, ''पण मी तिला सगळं सांगून निर्णय घ्यायला वेळ देईन. बेलफास्ट आणि इथल्या तणावापासून लांब कुठेतरी आम्ही भेटू. मग तिला माझं म्हणणं पटेल. हे तुला वेडेपणाचं वाटेल पण तिचंही माझ्यावर प्रेम आहे. आम्ही आनंदात राहू. नाहीतरी रेजिमेंटमध्ये आता मला भविष्य नाहीच.''

हे विचार वेडेपणाचे आहेत हे माझं मलाच समजत होतं पण मी एखादा आधार शोधत होतो. कारण आता मायरीडचा सहवास आणि रेजिमेंट मधलं भविष्य ह्यातलं काहीही मिळणार नव्हतं. कितीही बालिश, हळवे आणि भाबडे असले तरी हे विचार जात नव्हते. जर ती जिब्राल्टरची मुलगी मायरीड असली आणि कारबाँब सापडला तर तिला विसरणं भागच होतं. पण जर काही सापडलं नाही तर आशेला

जागा होती.

आम्ही जिब्राल्टरला पोचलो तेव्हा बोचरा वारा सुटला होता. एक आर्मी ऑफिसर आम्हाला घ्यायला आला.

"बाहेर तुमच्यासाठी गाडी उभी आहे. तुम्हाला एका अपार्टमेंटमध्ये जायचंय. तुम्ही तिथेच राहणार आहात. गरजेनुसार तुमच्याशी संपर्क साधण्यात येईल." तो म्हणाला, "परिस्थिती नाजूक आहे. तुम्ही तो फ्लॅट सोडून कुठेही जायचं नाही. खालच्या रेस्टॉरंटमध्ये तुमच्या जेवणाची सोय होऊ शकेल. आणि तुम्ही ड्यूटीवर असताना मद्यपान बंद हे सांगायला नकोच."

तो तुटकपणे बोलत होता. पण तो त्याचं कर्तव्य पार पाडत होता.

"मला एक विचारायचंय...." मी सुरुवात केली.

"बाकी मला काही ठाऊक नाही." माझं वाक्य तोडत तो म्हणाला.

"गरज लागेल तेव्हा तुम्हाला बोलावू."

आम्ही लंच टाईमपर्यंत फ्लॅटमध्ये पोचलो. प्रवासात पोटभर जेवण झाल्यामुळे भूक नव्हतीच. फ्लॅट साधाच होता. दोन खाटा आणि जरुरीपुरतं सामान.

मी अंघोळ करून थोडी झोप काढायचं ठरवलं. पण विचारामुळे झोप लागेना. मला स्वत:चीच चीड आली होती. एका प्रोव्हो बॉंबर बरोबर संबंध ठेवणं, ते गुप्त राहू शकतील अशी आशा बाळगणं, सगळाच वेडेपणा झाला होता. तुरुंगातून सुटल्यावर मायरीडवर पाळत ठेवली जाणार नाही असं मला वाटलंच कसं?

पण तरीही आशेचा एक किरण होता. जर मायरीड आणि तिचे साथीदार टेहळणीसाठी आले असतील तर त्यांच्या विरुद्ध पुरावा मिळणं शक्य नव्हतं. आणि जर त्यांना अटक झाली नसती तर मला मायरीडचं मन वळवण्याची संधी मिळाली असती. कदाचित ती माझ्याबरोबर यायला तयार झाली असती. नाही तरी एसएएस मधली माझी कारकीर्द संपल्यातच जमा होती.

एक गोष्ट मात्र खरी होती. मला माझं एसएएसमधलं काम मनापासून आवडायचं. पण आता माझीही तिशी उलटली होती. आणि एका प्रोव्होबरोबर संबंध ठेवल्यामुळे सहकाऱ्यांचा माझ्यावरचा विश्वासही उडाला होता.

मला तासभर डुलकी लागली असावी. कारण पीट खोलीत आला त्यावेळी संध्याकाळचे ६ वाजले होते. त्याला भूक लागली होती.

"आपल्या दोघांना एकाच वेळी बाहेर जाता येणार नाही." तो म्हणाला, "पण मी रेस्टॉरंटमधून जेवण घेऊन येतो. बिअरही आणतो. मला अर्धा तास लागेल. जर तेवढ्यात तुला जावं लागलं तर फोनजवळ चिठ्ठी आणि फोन नंबर ठेव."

मी टीव्ही सुरू केला. तिथे बीबीसी चॅनेल पाहून बरं वाटलं. कारण आम्ही इंग्लंडपासून २००० मैलांवर होतो. आम्ही जेवण केलं आणि बिअर पीत टीव्ही

बघत बसलो. पण कुणाचाच फोन आला नाही. मी एक-दोनदा फोन चालू असल्याचीही खात्री करून घेतली. शेवटी रात्री ११ वाजता आम्ही झोपायचं ठरवलं. कारण इतक्या रात्री काही घडण्याची शक्यता नव्हती.

सकाळी ८ वाजायच्या आत आम्ही दाढी अंघोळ करून तयार झालो. जर खरंच काही धोका असला तर ढिसाळपणा चालणार नव्हता. सकाळी ९ वाजता एक फोन आला. पण फक्त आम्ही तयार असल्याची खात्री करून घेण्यासाठी. फोन करणाऱ्यानं सांगितलं की योग्य वेळी मला नेण्यासाठी पोलिसांची एक गाडी येईल आणि मला अशा ठिकाणी नेण्यात येईल जिथून मी संशयित व्यक्तीला दिसणार नाही. मी इथे आलोय ह्याची तिला मुळीच कल्पना नव्हती. ओळख पटताक्षणी मी रेडिओनं हेडक्वार्टरला संदेश पाठवायचा होता. आणि तिथल्या ड्यूटी ऑफिसरला स्वत:चं नाव सांगून संशयिताची ओळख पटली की नाही हे सांगायचं होतं. आणि परत येऊन पुढल्या आदेशाची वाट पाहायची.

"एकूण सरळ कामगिरी दिसतेय." मी म्हणालो.

"हो," पीट म्हणाला, "पण तू तिला दिसू नकोस म्हणजे झालं."

त्याला शंका आली होती की मी मायरीडला हळूच तिथून निघून जायला सांगेन.

"कळलं मला." मी म्हणालो, "काळजी करू नकोस. मीसुद्धा एवढा मूर्खपणा करणार नाही.'

"स्कॉटी," तो म्हणाला, "मला खरंच काही माहीत नाही. मला बाईझनॉर्टनला तुला भेटायचं होतं. मला काही गोष्टींची कल्पना दिली गेली. आणि तुझ्याबरोबर जिब्राल्टरला जायचा आदेश मिळाला.'

"त्या बॉंबस्फोटाचं लक्ष्यं काय असेल?" मी विचारलं.

"तुला सांगितलं तेच. चेंजिंग ऑफ गार्ड्सच्या ठिकाणी त्यांना स्फोट घडवायचाय. आणि त्या तिघांच्या टीममध्ये मायरीड आहे. बाकी दोघांची नावं मला माहीत नाहीत."

"खरंय...ह्या वाट बघण्याचा कंटाळा आलाय. इथे येऊन २४ तास झाले आणि काहीच ॲक्शन नाही. अर्थात ह्यावेळी मला धोका काहीच नाही कारण फक्त आयडीचं काम आहे."

"त्यात विशेष काही नाही." तो माझं टेन्शन कमी करण्याच्या हेतूनं म्हणाला, "तू फक्त तिथे जायचं. ओळख पॉझिटिव्ह की निगेटिव्ह एवढं सांगायचं आणि परत यायचं. ती मुलगी कदाचित मायरीड नसेलही."

"ए, उगीच खोटी समजूत काढायचा प्रयत्न करू नकोस." मी वैतागून म्हणालो, "त्यांची खात्री पटलीय म्हणून तर त्यांनी मला बोलावलंय ना? हा विचार

मी सुद्धा केलाय.''

''बरोबर.'' त्यानं वाद टाळला.

''पण तिनं मला पाहिलं किंवा ओळखलं तर?'' मी शंका काढली.

'जर ती माझ्याकडे येऊन माझ्याशी बोलली तर काय करायचं?''

आता मात्र त्यानं आवाज चढवला. ''हे बघ, तू तिला दिसणार नाहीस ह्याची पुरेपूर काळजी घे. समजलं? तुला मिळालेले आदेश तंतोतंत पाळ. उगीच आगाऊपणा नको. आधीच तुझी अवस्था कठीण आहे. आता काही घोटाळा केलास तर तुझी खैर नाही. उगीच नको तिथे शूरपणा दाखवू नकोस. ओके?''

मी मान डोलावली. मला तो योग्य तोच सल्ला देत होता.

मी बेचैन होऊन येरझाऱ्या घालू लागलो.

दुपारी १२ च्या सुमाराला फोन वाजला. पीटनं तो उचलला.

''बरं, समजलं.'' असं म्हणून त्यानं फोन ठेवला.

''शांत राहा.'' तो मला म्हणाला, ''आपण इथे आहोत हे लक्षात आहे. एवढंच सांगायला फोन आला होता. ते अतिरेकी दिसण्याची वाट पाहतायत. उगीच आधी काही करण्यात अर्थ नाही.''

तासाभरानं पुन्हा फोन वाजला. पुन्हा पीटनंच घेतला.

''ते दिसले.'' तो म्हणाला, ''दोघं जण आहेत. त्यापैकी एक बाई.'' ते स्पेनमधून पायीच सीमा ओलांडून आले. आपल्याला तयारीत राहायचंय. पोलिसांची गाडी येईलच एवढ्यात.''

'शी:' मी म्हणालो. कारण माझं अंतर्मन मला ओरडून सांगत होतं की ती मायरीडच आहे. तेवढ्यात पोलिसांची, पण कोणतीही खूण नसलेली गाडी आली.

''गुडलक.'' पीट म्हणाला.

''मला खरंच त्याची गरज आहे.'' दीर्घ श्वास घेऊन मी म्हणालो. आता मी पुन्हा मायरीडचा विश्वासघात करणार आहे हाच विचार जिना उतरताना मनात होता.

मी गाडीत बसून निघालो. पुन्हा एकदा जिच्यावर प्रेम करत होतो, तिची फसवणूक करण्यासाठी. माझ्यामुळे तिला १० वर्षांचा तुरुंगवास भोगावा लागला होता. आणि आता माझ्यामुळेच तिला अटक होणार होती. एक गोष्ट मला पक्की ठाऊक होती. त्या लोकांजवळ बॉंब, शस्त्रं काही जरी सापडलं नाही तरी खोटेनाटे आरोप ठेवून पोलीस त्यांना आत पाठवतील. इतरांचं मला माहीत नव्हतं. पण मायरीड जर पुन्हा तशाच गुन्ह्यासाठी पकडली गेली तर तिची २० वर्षांसाठी तुरुंगात रवानगी निश्चित होती. ह्या विचारानंच पोटात खड्डा पडला.

ड्रायव्हरनं मला सांगितलं की आम्हाला गव्हर्नमेंट हाऊस जवळच्या इन्सेस हॉल ह्या परिसरात जायचं होतं. संशयित अतिरेकी त्याच भागात दिसणार होते. मी

जिब्राल्टरला प्रथमच आल्यामुळे मला रस्त्यांची काहीच माहिती नव्हती. हवा उबदार असल्यामुळे स्थानिक लोक आणि पर्यटक ह्यांची वर्दळ सुरू होती.

ट्रॅफिक अगदी मंदगतीनं सरकत होता.

''आपण कधी पोचणार?'' मी सारखा विचारत होतो.

''सांगता येत नाही.'' तो म्हणाला, ''इथला ट्रॅफिक कधीकधी लंडनपेक्षा वाईट असतो.''

वाटेत ड्रायव्हर मला वेगवेगळी ठिकाणं दाखवत होता. राज्यपाल निवास, गर्व्हर्मेंट हाऊस, वृद्धाश्रम आणि शेवटी इन्सेस हॉल.

''आता सगळीकडे बारकाईनं लक्ष ठेवा.'' ड्रायव्हर म्हणाला, ''ते इथेच जवळपास असतील.''

पण मला मायरीडशी साम्य असणारी एकही तरुणी दिसेना. कदाचित तिनं केसांचा टोप घातला असेल किंवा रंग बदलला असेल असंही मला वाटून गेलं. तिथे अनेक तरुण जोडपी हिंडत होती. त्यात ती असेल म्हणून मी त्यांच्यावरही नजर फिरवली. पण तिच्यासारखी एकही मुलगी दिसली नाही.

अर्धा तास तिथे हिंडल्यावर मी ऑपरेशन्स रूमला कळवण्याचं ठरवलं. मी गाडीतल्या रेडिओ संचावरून फोन लावला. मी माझं नाव सांगितल्यावर ड्यूटी ऑफिसर फोनवर आला.

''इथे संशयी व्यक्तीसारखं कोणीच दिसत नाहीये.'' मी म्हणालो, ''गेला अर्धा तास आम्ही गव्हर्नमेंट हाऊस आणि बंदराजवळ चकरा मारतोय. आणखी काही माहिती मिळेल?''

''शोधत राहा.'' तो म्हणाला, ''ते तिघंही कदाचित बरोबर असतील. दोन पुरुष आणि आपली संशयित व्यक्ती.''

''रॉजर'', असं म्हणून मी फोन ठेवला.

''चकरा मारत राहा,'' मी ड्रायव्हरला म्हणालो, ''नेमका ठावठिकाणा कळला तर ते आपल्याला कळवतीलच. पण आसपास साध्या वेषातले पोलीस हिंडत असतीलच. हो ना?''

''बरोबर.'' ड्रायव्हर म्हणाला.

बराच वेळ हिंडून सुद्धा कोणी दिसेना. दुपारचे साडेतीन वाजले. आता आम्ही गावाच्या मध्यवर्ती भागातून स्पेनच्या सीमेकडे निघालो.

''आपण विन्स्टन चर्चिल ॲव्हेन्यूवरून चाललो आहोत.'' ड्रायव्हरनं माहिती पुरवली.

उजव्या बाजूला शेल पेट्रोल स्टेशन होतं. आणि त्यापुढे एक हाऊसिंग इस्टेट. आम्ही राज्यपाल निवासाच्या दिशेनं निघालो. मायरीडचा पत्ता नव्हता.

"आपण परत फिरू या का?" ड्रायव्हरनं विचारलं.

"हो. तेच बरं." मी म्हणालो. "इथे सगळा गोंधळच आहे."

मी शांत राहण्याचा प्रयत्न करत होतो. मी स्वत: अनेकदा एसएएस च्या वतीनं अशा कामगिरीवर आलो होतो. अशा वेळी एखाद्या साधुसंतासारखा संयम लागतो. मिनिटांचे तास आणि तासांचे दिवस कधी होतात हे कळत नाही. कितीही वेळ लागला तरी एकाग्रता ढळून चालत नाही. मधूनच एखादी तरुणी मायरीड असल्याचा भास व्हायचा. पण हे सगळे माझ्या मनाचे खेळ होते.

परत जाताना मी घड्याळ पाहिलं. ३.५५. 'चला, चहाची वेळ झाली.' मी स्वत:शीच म्हणालो. मला मायरीडची आठवण झाली. तरुणपणी आमच्या कॉटेज मध्ये ती असाच गरमागरम चहा मला करून देत असे.

आता आम्ही पुन्हा गावाच्या मध्यापासून स्पेनच्या सीमेकडे निघालो. विमान तळाच्या दिशेनं. आणि मला अचानक एक तरुणी दिसली. तिच्याबरोबर एक तरुण होता. ते दोघं शेल पेट्रोल पंपाच्या दिशेनं निघाले होते. त्यांचे चेहरे दिसत नव्हते. पण पाठमोरी असूनही तिच्या चालीवरून मी ओळखलं की ही मायरीडच. तिच्या खांद्यावर एक बॅग होती. पाहणाऱ्याला ते सहज फिरायला आलेलं जोडपंच आहे असं वाटण्यासारखा त्यांचा आविर्भाव होता.

"तीच ती का?" ड्रायव्हरनं विचारलं.

"तिच्या पुढे जाऊ. म्हणजे मला तिचा चेहरा दिसेल." मी म्हणालो. गाडी तिच्या जवळ आली. वेग जेमतेम ५ मैलाचा असेल. आता मात्र माझी खात्री पटली. शंकेला जागाच नव्हती.

मी गाडीतला माईक उचलला.

पलीकडून आवाज आला. "हेडक्वार्टर्स."

क्षणभर मी थिजलो. मला खरंच तिला दगा द्यायचा नव्हता.

पुन्हा आवाज आला. 'हेडक्वार्टर्स. काही मदत हवीय का?" आणि लगेच माझी प्रेरणा, माझं प्रशिक्षण वरचढ ठरलं.

"मला ऑपरेशन्स रुमचा ड्यूटी ऑफिसर पाहिजे." मी त्या जोडप्याकडे बघत म्हणालो.

"ड्यूटी ऑफिसर बोलतोय." पलीकडून आवाज आला.

"मी सार्जंट ग्रॅहम बोलतोय. संशयिताची ओळख पटली. पॉझिटिव्ह आयडी." बोलत असतानाच मी तिच्याकडे पाहिलं. आमची नजरानजर झाली. ती जेमतेम १० यार्डांवरून माझ्याकडे पाहात हाती.

तिचा आ वासला गेला. डोळे विस्फारले गेले. पण तेवढ्यात आमच्या गाडीच्या मागे एका पोलीस सायरनच्या आवाजानं आमचं लक्ष वेधून घेतलं. मी

गर्रकन वळून पाहिलं. क्षणभर माझी नजर मायरीडवरून हटली. परत तिच्याकडे पाहिल्यावर मला तिच्यामागे दोन माणसं दिसली. तिला ठार करायचा निर्धार त्यांच्या डोळ्यांत स्पष्ट दिसत होता. ते एसएएसचे सैनिक असल्याचं मी क्षणात ओळखलं.

त्यातल्या एकानं पिस्तूल काढलं. आणि तो तीन ढांगात तिच्याजवळ पोचला. मायरीड आजूबाजूला पाहात होती. त्या पिस्तुलधारी माणसाकडे तिचं लक्षच नव्हतं.

'नो...' मी तारस्वरात किंचाळलो. 'नो!'

ड्रायव्हरनं चमकून माझ्याकडे पाहिलं. तो काहीतरी बोलायला लागला. तेवढ्यात मी गोळीबाराचा आवाज ऐकला. कुणीतरी मशीनगन मधून गोळ्या झाडल्याचा आवाज. आणखी एक माणूस मायरीडच्या जवळ आला. सगळं क्षणार्धात घडलं. माझी नजर मायरीडवरून हटेना. तेवढ्यात मायरीडचे दोन्ही हात वर फेकले गेले आणि ती पुढे तोंडावर पडली. तिच्या साथीदाराची तीच गत झाली. दोघंही लोळागोळा होऊन कोसळले. गोळीबार चालूच राहिला. ती माणसं मायरीडच्या मागे फक्त ९ फुटांवर होती. कमीत-कमी १०-१२ गोळ्या झाडल्या गेल्या.

"सर, तुम्ही ठीक आहात ना?" ड्रायव्हरनं विचारलं. मी सुन्नपणे मान डोलावली. मी स्तब्ध बसून राहिलो. गाडीतून बाहेर पडायचा प्रयत्नही मी केला नाही. जे घडलं त्यामुळे मी पूर्ण उद्ध्वस्त झालो होतो. अचानक पुन्हा सुरू झालेल्या गोळीबारामुळे मी भानावर आलो. गाडीच्या मागे थोड्या अंतरावर गोळीबार झाला होता. पण मला काही दिसलं नाही. तेवढ्यात मागच्या गाडीतून २ पोलीस अधिकारी बाहेर पडले आणि रस्त्यावर पडलेल्या मायरीड आणि तिच्या साथीदाराकडे धावले. ५-६ साध्या वेषातले पोलीसही तिथे पोचले. सगळ्यांनी शस्त्रं ठेवून दिली होती. अर्थ एकच—मायरीड आणि तो तरुण ठार झाल्याचं त्यांना कळलं होतं. असे शेकडो प्रसंग मी अनुभवले होते. हे काम एसएएसचंच आहे ह्याबद्दल आता माझ्या मनात तसूभरही शंका उरली नाही.

ड्रायव्हरनं गाडी हळूहळू लांब नेली. बहुधा त्याला ते भीषण दृष्य बघायची इच्छा नव्हती. मी वळून पाहिलं. त्या माणसांनी सावज टिपल्याची खात्री केली. नंतर जवळच्या काळ्या टोप्या काढून डोक्यावर चढवल्या.

'हलकट एसएएस' मी मनात धुसफुसलो. त्या काळ्या कॅप्स पाहून माझी खात्री पटली. इतक्या निर्दयपणे आणि थंड डोक्यानं मुडदे पाडायला फक्त एसएएसलाच पाचारण केलं जात असे. त्या सैनिकांचे चेहरे पुसटसे ओळखीचे वाटले. पण ते कोणत्या तुकडीतले आहेत हे कळेना.

आमची गाडी लांब जाताना मी तिथे पोलिसांची आणि अधिकाऱ्यांची एकच गर्दी झालेली पाहिली. चहूबाजूनं गाड्या येऊ लागल्या. नंतर मला कळलं की

मायरीडचा साथीदार डॅनी मॅक्कान हा आयआरए च्या ॲक्टिव्ह सर्व्हिस युनिटचा म्होरक्या होता आणि तिथून सुमारे १५० यार्डांवर ज्याला गोळ्या घातल्या गेल्या होत्या त्याचं नाव शॉन सॅव्हेज होतं.

"आता परत जायचं?" ड्रायव्हरने विचारलं.

"हो." मी कसाबसा म्हणालो.

मी त्राण गेल्यासारखा मागच्या सीटवर बसून राहिलो. डोळ्यांसमोर पुन्हापुन्हा ते भीषण दृष्य येत होतं. पण माझं मन मात्र माझी लाडकी मायरीड माझ्या डोळ्यांसमोर मारली गेल्याचं चित्र पुसू पाहत होतं.

पीट माझी वाटच पाहत असावा. कारण गाडीचा आवाज ऐकल्याबरोबर तो धावतच खाली आला.

"काय झालं?" त्यानं उत्सुकतेनं विचारलं.

"ती गेली रे," मी म्हणालो, "माझ्या डोळ्यांदेखत त्यांनी तिला आणि तिच्या जोडीदाराला गोळ्या घातल्या."

"काय?" तो अवाक् झाला. त्याच्या चटकन लक्षात येईना. "त्यांनी तिला गोळ्या घातल्या. कशा? कधी? कुठे? सांग मला सगळं."

"नंतर." मी म्हणालो, "चल आत जाऊ या."

"आता तुम्हाला माझी गरज आहे का?" ड्रायव्हरनं विचारलं.

"नाही. थँक्स. लागलं तर कळवू."

फ्लॅटमध्ये गेल्यावर मी पीटला सगळं सविस्तर सांगितलं. त्यानं शांतपणे सगळं ऐकून घेतलं. मधूनच तो फक्त 'छे:' किंवा 'शिट्' एवढंच म्हणत होता. सगळं सांगून झाल्यावर मी निर्विकारपणे त्याच्याकडे पाहिलं.

"तर हे असं आहे." मी म्हणालो, "सगळं संपलंय. ती कायमची गेली. ठार झाली. आणि हे माझ्या एसएएसमधल्या सहकाऱ्यांचं काम."

"हे बघ, रेजिमेंटला दोष देण्यात अर्थ नाही," पीट म्हणाला, "ते फक्त आज्ञा पाळत होते."

"खरंय," मी म्हणालो, "पण आता माझा रेजिमेंट सोडण्याचा निर्णय पक्का झालाय. माझ्यातल्या भावनाच संपल्यायत. आता मी मनापासून एसएएसमध्ये राहूच शकणार नाही."

"मी तुला चहा करून देतो." पीट म्हणाला. तो सौजन्य दाखवत होता. पण तो चहा करतानाच फोन वाजला. पीटनं तो घेतला.

"ड्यूटी ऑफिसरचा फोन होता," तो म्हणाला, 'आत्ता लगेच आपल्याला विमानतळावर न्यायला गाडी येईल. मध्यरात्रीपर्यंत ब्राईझ नॉर्टनला पोचू. चल पॅक करू या.'

उरलेला दिवस कसा गेला हे मला कळलं नाही. प्रवासात काय झालं हे सुद्धा आता धड आठवत नाही. मी बिअर घेतली पण जेवण नाकारलं. पीट शांतपणे माझ्याजवळ बसला होता. त्यानं मला छेडलं नाही. हा त्याचा चांगुलपणा होता. मी मायरीडचा, आणि काय घडू शकलं असतं, ह्याचा विचार करण्यात गढून गेलो.

चौदा

"सार्जंट ग्रॅहॅम," आमचा ॲडजुटंट प्रसन्नपणे म्हणाला, "ह्या वर्षाअखेरला तुझी नोकरी संपतेय. अर्थात तुला मुदतवाढ नको असेल तर."

"बरोबर. सर!' मी म्हणालो.

"तू मुदत वाढीसाठी अर्ज करणार आहेस का?"

"सर, ह्या परिस्थितीत तरी मी निवृत्त होणंच बरं. ह्या वर्षाअखेरीपर्यंत माझी १२ वर्षंही पूर्ण होतील!"

"उत्तम कल्पना आहे." तो म्हणाला, "मग मी हे नक्की समजू?"

"यस सर." मी म्हणालो.

मी सॅल्यूट ठोकून निघणार एवढ्यात तो म्हणाला, "एक शक्यता आहे. तू रेजिमेंटच्या मुख्य प्रवाहापासून बाजूला राहून प्रशिक्षण देण्यात जास्त लक्ष घालू शकशील. आम्हालाही एसएएसच्या नवीन पिढीसाठी चांगल्या आणि अनुभवी प्रशिक्षकाची गरज आहे."

मी वाद घालण्याच्या अवस्थेत नव्हतो. ह्या मायरीड प्रकरणामुळे मला डच्चू मिळून जुन्या पॅरा युनिटमध्ये पाठवलं जाण्याची शक्यता होती. एसएएसनं माझ्यावर दयाच दाखवली होती.

"चालेल सर." मी म्हणालो, "हे आव्हान स्वीकारायला मला आवडेल."

"गुड," तो म्हणाला, "काहीतरी मार्ग निघेल असं आम्हाला वाटलं होतंच. मी पुढची व्यवस्था करतो."

"थँक यू सर."

तिथून निघताना मी सुटकेचा निश्वास टाकला. रेजिमेंटमध्ये राहता येणं सुदैवाचं होतंच. हकालपट्टीची नामुष्की टळली होती.

मायरीडच्या मृत्यूला खूप प्रसिद्धी मिळाली. तिचा मृतदेह बेलफास्टला आणल्यापासून ते अंत्ययात्रेच्या नाट्यमय प्रसंगापर्यंत सगळ्याचं सविस्तर वर्णन वृत्तपत्रांनी छापलं. माझ्या लक्षात आलं की सीमस किनुकेन नावाच्या माणसाचा तिचा बॉयफ्रेंड म्हणून उल्लेख येत होता. त्याचा भाऊ पॅट्रिक हा वकील होता. तो अटक झालेल्या रिपब्लिकन्सचे खटले चालवत असे. पण तो निष्ठावान प्रोटेस्टंट मारेकऱ्यांकडून मारला गेला. प्रसिद्ध आयआरएच्या स्त्रियांनी त्यांच्यातल्याच चांगल्या पुरुषांशी संबंध ठेवावेत असं आयआरएचं धोरण होतं. मला मायरीडनंच एकदा सांगितलं होतं. पण मायरीडला तो खरंच आवडत असेल का? या प्रश्नाचं उत्तर मला कधीच मिळणार नव्हतं.

जिब्राल्टरच्या घटनेचे विचार मनातून जात नव्हते. मला जरी फक्त मायरीडला ओळखण्यासाठी तिथे नेलं असलं तरी तेही काम व्यवस्थित करण्याची संधी मिळाली नव्हती. रेडिओ, टीव्ही, वर्तमानपत्रं ह्यातल्या बातम्यांवर सुद्धा माझं बारीक लक्ष होतं. टीव्ही वरचा 'डेथ ऑन द रॉक' हा कार्यक्रम मी टेप करून पुन्हापुन्हा पाहिला होता. रॉक ऑफ जिब्राल्टरवर झालेल्या हत्यांमुळे जो गदारोळ झाला त्यानं ब्रिटिश सरकार चांगलंच पेचात सापडलं होतं. पण प्रधानमंत्री मिसेस थॅचर मात्र आपल्या भूमिकेवर ठाम होत्या. त्यांनी ह्या घटनेची चौकशी करण्याची मागणी साफ धुडकावून लावली. ह्या एकाच गोष्टीमुळे सरकार काहीतरी लपवतंय हा माझा समज झाला.

मी प्रधानमंत्री, परराष्ट्रमंत्री सर जेफ्री होव ह्यांची सगळी निवेदनं गोळा केली. माझ्या लक्षात आलं की आयआरएनं भाड्यानं घेतलेल्या गाडीत स्फोटकं नव्हतीच. आणि मारले गेलेले तिघंही नि:शस्त्र होते. त्यांच्या जवळ पिस्तुलं किंवा स्फोट घडवून आणणारी साधनं नव्हतीच. काही दिवसांनी मजूर पक्षाच्या ६० खासदारांनी संसदेत ह्या गोष्टीचा धिक्कार केला. ते स्पष्ट म्हणाले की हे एसएएसचं दहशतवादी कृत्य होतं. आणि 'विना खटला मृत्युदंड' एवढाच त्याचा अर्थ होता.

अजूनही ह्या गोष्टीच्या मुळापर्यंत जाण्याचा माझा निर्धार होता. आजूबाजूच्या कुणालाही धोका नसताना त्या तिघांना अगदी जवळून गोळ्या घालण्यात याव्यात ही गोष्टच विचित्र वाटत होती. ह्या मोहिमेला 'ऑपरेशन फ्लेव्हियस' असं नाव मिळालं होतं. त्या कारवाईत सहभागी झालेल्या माझ्या एका एसएएसच्या सहकाऱ्याशी मी बोलायचं ठरवलं. आम्ही खूपदा एकत्र काम केलं होतं आणि माझा त्याच्यावर

पूर्ण विश्वास होता.

पण जे कळलं ते ऐकून मी थक्क झालो.

मायरीड, डॅनी मॅक्‌कान आणि शॉन सॅव्हेज ह्यांच्यावर एकूण २७ गोळ्या झाडण्यात आल्या होत्या. डॅनी मॅक्‌कान ॲक्टिव्ह सर्व्हिस युनिटचा म्होरक्या होता. त्या तिघातला सर्वात तरुण- २३ वर्षाच्या- शॉन सॅव्हेज विषयी मात्र कुणाला माहिती नव्हती. पूर्वी एकदा त्याच्यावर बॉंबस्फोटाचा आरोप ठेवला गेला होता. पण नंतर सरकारनं तो मागे घेतला होता. ह्या तिघांच्या मृत्यूच्या वेळी मात्र त्यांच्यावर कोणतेही आरोप नव्हते.

फोटोत शॉन सॅव्हेजला १६ गोळ्या लागल्याचं दिसलं. त्यामुळे त्याच्या सर्वांगावर एकूण २७ जखमा झाल्या होत्या. सरकारी डॉक्टरांनी ह्याचं वर्णन 'अंदाधुंद गोळीबार' असं केलं. त्याच्या डोक्यात ५, छातीत ५, हातात एक आणि पाठीत ५ गोळ्या शिरल्या होत्या. मायरीडच्या जखमांवरून स्पष्ट दिसत होतं की तिला जेमतेम ३ फूट अंतरावरून ३ गोळ्या पाठीत लागल्या होत्या. अगदी जवळून चेहऱ्यावरही एक गोळी झाडली गेली होती. मॅक्‌कानच्या छातीत २, पाठीत २ आणि डोक्यात ३ गोळ्या शिरल्या होत्या. एक गोष्ट उघड होती. एसएएसच्या सैनिकांना ह्या तिघांना ठार मारण्याचाच हुकूम मिळाला होता.

त्या तिघांजवळ काही कागदपत्रं मिळाली. मायरीडनं मिसेस स्मिथ-पूर्वाश्रमीची कॅथरीन एलिसन हार्पर हे नाव धारण केलं होतं. मॅक्‌कान बनला होता रॉबर्ट रायली आणि शॉन सॅव्हेज ब्रेंडन कॉयन. सॅव्हेज जवळ बनावट जन्म दाखला आणि १७०० पौंड रोख सापडले.

मॅक्‌कानच्या कपड्यात काही पैसे आणि स्पेनमधल्या एका हॉटेलचा रिझर्वेशन फॉर्म सापडला. मायरीडच्या मनगटावर एक घड्याळ होतं. त्याच्यावर 'मॅगाबेरीच्या सहकाऱ्यांकडून शुभेच्छा-सप्टेंबर ८६' अशी अक्षरं कोरलेली होती. या व्यतिरिक्त एक सिगरेटचं पाकीट, 'जॉन्स्टन' नावानं विमानाचं बोर्डिंग तिकीट. सनस्क्रीन आणि कानातल्या रिंग्ज एवढा ऐवज मिळाला. नंतर झालेल्या चौकशीत हेरखात्याचे प्रतिनिधी, काही सुरक्षा अधिकारी आणि ७ एसएएस सैनिक ह्यांना बोलावलं गेलं. त्यांनी का गोळीबार केला ह्याचं स्पष्टीकरण विचारण्यात आलं. ह्या हत्या बेकायदा किंवा समर्थनीय असल्याची कोर्टाला खात्री करून घ्यायची होती.

ह्या पूर्ण कारवाईचं नियोजन करणाऱ्या अधिकाऱ्याचा उल्लेख फक्त 'मिस्टर ओ' असा केला गेला. राज्यपाल, पोलीस प्रमुख स्पेशल ब्रँच ह्या सर्वांना त्यानंच माहिती पुरवली होती. त्याच्या म्हणण्यानुसार तीन अतिरेकी कारबॉंबचा स्फोट करून जास्तीत जास्त सैनिकांना मारण्याच्या उद्देशानं तिथे येणार होते. आणि हा स्फोट एका रिमोट कंट्रोलच्या मदतीनं होणार होता.

त्यानं शपथेवर सांगितलं की हे तिघं दक्षिण स्पेनमध्ये मलागा इथे दिसले होते. जानेवारी १९८८ मध्ये ब्रसेल्स मध्ये एका गाडीत ११० पौंड सेमटेक्स स्फोटकं आणि स्फोट घडवून आणणारी साधनं सापडली होती. 'मि.ओ.' नं असंही सांगितलं की त्याला हेरांकडून एक खास खबर मिळाली होती. 'चेंजिंग ऑफ गार्ड' परेडच्या आधी त्यांना स्फोटकं असणारी एक गाडी जिब्राल्टरमध्ये घुसवायची होती. पण तिला अडवायला दोन गाड्यांच्या दोन खेपा खर्ची पडल्या असत्या. फक्त तीन गोष्टींचा अंदाज चुकल्याचं त्यानं सांगितलं. एक म्हणजे ते तिघं सशस्त्र असल्याची माहिती खोटी होती. तिथे त्यांनी आणलेल्या गाडीत स्फोटकं नव्हती. आणि तिसरं म्हणजे मारबेला इथे सापडलेली गाडी रिमोटनं नव्हे तर टाईम बाँबनं उडवायची होती.

ह्या मि. ओ च्या सांगण्यावरून जिब्राल्टरचे पोलीस प्रमुख जोसेफ कॅनेपा अशा निर्णयाप्रत आले की हे काम स्थानिक पोलिसांच्या आवाक्या बाहेरचं होतं. म्हणूनच त्यांनी लष्कराची मदत मागितली होती. कोर्टानं स्पेशल ब्रँचला स्पष्ट आदेश दिले होते की संशयितांना आधी इशारा देण्यात यावा. आणि जर सैनिकांच्या किंवा नागरिकांच्या जिवाला धोका होणार असेल तरच गोळीबार करावा.

कमिशनर कॅनेपा म्हणाले की ॲक्टिव्ह सर्व्हिस युनिटचा एक पुरुष आणि एक स्त्री जिब्राल्टरमध्ये आले. तिथे त्यांना त्यांचा तिसरा साथीदार भेटला. तो एका पांढऱ्या रेनॉल्ट गाडीत होता.

जेव्हा हे तिघं मॅक्‌कान, सॅव्हेज, आणि फॅरेल असल्याचं कळलं तेव्हा तर गाडीत स्फोटकं असणार ह्याची त्यांना खात्रीच पटली. दुपारी ३ वाजता जेव्हा ते स्पेनच्या सीमेकडे निघाले तेव्हाच त्यांना ताब्यात घ्यायचं ठरलं आणि त्यासाठी सैन्याला पाचारण करण्यात आलं.

कॅनेपा म्हणाले की त्यांनी फॉर्मवर सही केल्यावर एका लष्करी अधिकाऱ्यानं फोनवर काही आदेश दिले. पुढे त्यांना काही कळलं नाही. पण दुपारी ४ नंतर त्या तिघांना गोळ्या घालून ठार केल्याची बातमी आली.

'ते ऐकून मला धक्काच बसला,' कॅनेपा म्हणाले, 'त्यांना अटक होईल अशी माझी अपेक्षा होती.'

आणि गोळीबारानंतर काही मिनिटांतच एका अधिकाऱ्यानं सर्व नियंत्रण पुन्हा पोलिसांकडे सोपवल्याचं पत्र दिलं.

त्या सात एसएएस च्या सैनिकांची साक्ष घेण्यात आली. त्यांचं नाव किंवा हुद्दा सांगण्याचं त्यांच्यावर बंधन नव्हतं. त्यांच्या म्हणण्यानुसार त्यांनी एका लष्करी कारवाईत भाग घेतला होता. पहिली गोळी झाडणाऱ्या सैनिकाला त्यानं मायरीड किंवा मॅक्‌कानला थांबण्याचा इशारा दिला होता की नाही हेच आठवत नव्हतं. मात्र

बहुतेक लोकांनी तसा इशारा दिला नसल्याचं सांगितलं. पण सर्व सैनिकांनी एक गोष्ट सांगितली. ती म्हणजे ह्या तिघांच्या हालचाली धोकादायक वाटल्या. आणि मायरीडचा हात जेव्हा हँडबॅगेकडे गेला तेव्हा तर ती स्फोट करणार ह्याची खात्रीच पटली. पण नंतर तिच्या बॅगेत काहीच स्फोटकं सापडली नाहीत. पण तिच्या हँडबॅगेत एका फोर्ड गाडीची किल्ली सापडली. जवळच एक लाल फोर्ड फिएस्टा दिसली. त्यात एक ओव्हरकोट आणि २४०० पौंड सापडले. दोन दिवसांनी मारबेलामध्ये आणखी एक फोर्ड फिएस्टा आढळली. ती मायरीडच्या बनावट नावानं-कॅथरीन स्मिथ-नोंदवली गेली होती. ह्या गाडीत मात्र ६४ किलो सेमटेक्स स्फोटकं सापडली. त्यासोबत बॅटरी आणि स्फोट घडवून आणणारा डीटोनेटरही सापडला. पुढच्या चौकशीत आणखी एक गोष्ट उघडकीला आली. ती म्हणजे शिन फेन/आयआरएचे स्पेनमधल्या बास्क फुटिरतावाद्यांशी संबंध होते. ते एकमेकांना भेटत असत आणि एकमेकांच्या परिषदांनाही हजर राहत असत.

गाडीत स्फोटकांची ५ पाकिटं होती. टाईम बॉंबवर १०-४५ आणि ११-१६ अशा स्फोटांच्या वेळा होत्या.

पण माझ्या एसएएसमधल्या मित्रांनी मला वेगळंच सांगितलं. हेरांच्या मते एएसयूला जिब्राल्टर मध्ये स्फोट घडवायचा होता. मॅक्कान आणि सॅव्हेजवर त्यांची पाळत होतीच. आणि त्यांच्याबरोबर एक स्त्री होती पण ती मायरीड नव्हती.

पण ही सगळी कारवाई राजकीय दृष्टीनं इतकी संवेदनाक्षम होती की त्याची माहिती फार कमी लोकांना होती. त्याच्या प्रत्येक कागदपत्रावर 'टॉप सीक्रेट' चा शिक्का असे. सर्व निर्णय केंद्रीय हेरखात्याच्या समितीत घेतले जात. प्रधानमंत्री थॅचर ह्या त्या समितीच्या प्रमुख होत्या. त्यामुळे सर्व आदेश वरूनच येत असत.

आठ मार्च ही हल्ल्याची तारीख कळण्याआधी २ महिने हेरखात्याच्या 'डी' सेक्शनची माणसं हेरगिरीसाठी जिब्राल्टरला रवाना झाली.

मायरीड असलेल्या प्रोव्होजच्या तुकडीनं डब्लिनहून फ्रान्स आणि स्पेनकडे प्रयाण केल्यापासून डी सेक्शनची त्यांच्यावर नजर होती. एसएएसच्या माणसांना मोटारींचा छडा लावण्याच्या कामावर नेमलं गेलं. तीन पैकी दोन मोटारी प्रोव्होजनी भाड्यांनी घेतल्या होत्या आणि एक रोखीनं विकत घेतली होती. पण त्यांनी गाड्या घेतल्या बरोबर एसएएसच्या लोकांनी गुप्तपणे त्या गाड्यांमध्ये दिशादर्शक यंत्रणा बसवली.

त्यातल्या पांढऱ्या फोर्ड फिएस्टामध्ये स्फोटकं होती. पण एसएएसच्या लोकांनी त्यातले डीटोनेटर्स-स्फोट करणारी यंत्र-बदलून तिथे निकामी डिटोनेटर्स बसवले. त्यामुळे स्फोट होणं शक्य नव्हतं.

हेरखात्याच्या १४ व्या विभागानं सतत पाळत ठेवली. आरआरएच्या टीमच्या

हल्ल्याच्या रंगीत तालमी सुरू होत्या.

स्पेनच्या सरकारला आणि दहशतवाद विरोधी पथकालाही घडामोडींची कल्पना दिली गेली. पण एएसयूच्या ३ अतिरेक्यांना ठार करण्याचा ब्रिटिश सरकारचा विचार असल्याचं कळवलं गेलं नाही.

तपासाअंती माझे सर्व दुष्ट संशय खरे ठरले. तिथल्या गाडीच्या जवळपासचा भाग रिकामा करण्याचा कोणताही प्रयत्न केला गेला नव्हता. कारण त्या गाडीत बॉंब नाहीच ह्याची ब्रिटिश अधिकाऱ्यांना पूर्ण कल्पना होती. मला हे सुद्धा कळलं की ब्रिटिश सरकारला जिब्राल्टरचं नियंत्रण फक्त एका तासापुरतं हवं होतं. कारण त्या काळात त्यांना आयआरए, एएसयूच्या माणसांना अटक न करता सरळ गोळ्या घालून ठार मारायचं होतं.

मी जवळजवळ १० वर्षं एसएएसचा सदस्य होतो. आवश्यक पण गैरसोयीच्या वाटणाऱ्या मोहिमांवर सरकार आम्हाला पाठवत असे. पण पूर्वी अशी प्रत्यक्ष कारवाई मी पाहिली नव्हती. माझ्या प्रत्येक कारवाईत माझी अशीच समजूत होती की मी दुष्टांचा नायनाट करणाऱ्या 'चांगल्या' माणसांपैकी आहे.

पण मायरीडचा मी तसा विचार करूच शकत नव्हतो. आमच्या प्रत्येक चर्चेच्या वेळी ती आपल्या तत्त्वांशी एकनिष्ठ होती. तिला रक्तपात आणि हिंसाचाराबद्दल कमालीचा तिरस्कार होता.

शेवटी अर्माघ तुरुंगवासामुळे ती कठोर बनली असेल असं मला स्वतःला पटवून द्यावं लागलं. कितीही निरपराधांचे जीव गेले तरी अंतिम ध्येयासाठी सर्व क्षम्य आहे अशी तिची समजूत झाली असावी. आणि त्यासाठी तिला प्राणाची किंमत मोजावी लागली. मी आणि मायरीड १४ वर्षं एकमेकांवर प्रेम करत होतो. आमचं नातं विचित्र होतं हे खरं. पण तरीही आमची वैयक्तिक ओळख ओलांडून जाणारं आमचं प्रेम होतं. मी तिला किती हवासा वाटतो आणि तिचं माझ्यावर किती प्रेम आहे हे ती मला वारंवार सांगायची. मी देखील अशाच भावना बोलून दाखवत असे. ह्या जिब्राल्टर प्रकरणानंतर आम्ही एकत्र येऊ अशी भाबडी आशा मी बाळगून होतो. पण असा फोल आशावाद किती वेडेपणाचा असतो हे मला कळलं.

आता माझ्याजवळ उरल्या फक्त तिच्या सहवासाच्या सुखद आठवणी आणि आमची शेवटची नजरभेट होताच झालेली अटळ विनाशाची कठोर जाणीव.

सूची

आर्ड फीस	पॉलिसी मेकिंग कॉन्फरन्स
आर्मालाईट	रायफल
एएसयू	ॲक्टिव्ह सर्व्हिस युनिट
बीएओआर	ब्रिटिश आर्मी ऑफ द ऱ्हाईन
बशास	सैन्याचे होस्टेल
बर्जन	तुकडी
ब्लॅक ॲण्ड टॅन्स	स्वयंसेवी ब्रिटिश पोलीस
बी–स्पेशल्स	पूर्वीचे अल्स्टर स्वयंसेवी पोलीस
डेट	डिटॅचमेंट– धोकादायक कामगिरी करणारी एसएएस ची तुकडी
इ 4 ए	आरयूसीचे साध्या वेषातील पोलीस
जीपी	मशीनगन
जीपी लिंक्स	मशीनगनची काडतुसे
जीपीएमजी	जनरल पर्पज मशीन-गन
एचएमएसयू	हेडक्वार्टर मोबाइल सपोर्ट युनिट
आयएनएलए	आयरिश नॅचरल लिबरेशन आर्मी
एलयूपी	लायिंग अप पॉईंट
आयआरए	आयरिश रिपब्लिकन आर्मी
एनआयसीआरए	नॉर्थ आयरिश सिव्हिल राईट ऑर्गनायझेशन
ओपी	ऑब्झर्व्हेशन पॉईंट
पिग्ज	सैनिकांची चिलखती वाहने

प्रोव्होज	आयआरएचा प्रोव्हिजनल विभाग
पीटीआय	फिजिकल ट्रेनिंग इन्स्ट्रक्टर
क्यू व्हेईकल	छुपे सैनिकी वाहन
आर अ‍ॅण्ड आर	रेस्ट अ‍ॅण्ड रिकुपरेशन
आरयूसी	रॉयल अल्स्टर कॉन्टेब्युलरी
आरव्ही	राँदेवू (संकेतस्थळ)
एसओपी	स्टँडिंग ऑब्झर्वेशन पोस्ट
एसपी	स्पेशल प्रोजेक्ट्स
टीसीजी	टास्किंग कोऑर्डिनेशन ग्रुप
एसएएस	स्पेशल एअर सर्व्हिस
यूसीबीटी	अंडरकार बूबी ट्रॅप
यूडीआर	अल्स्टर डिफेन्स रेजिमेंट
व्हीसीपी	व्हेईकल चेक पॉईंट
पॅराज	पॅरॅशूट रेजिमेंट